സാക്ഷി

കഥാ സമാഹാരം

രാജ്മോഹൻ.പി.ആർ

Copyright © Rajmohan P R
All Rights Reserved.

This book has been self-published with all reasonable efforts taken to make the material error-free by the author. No part of this book shall be used, reproduced in any manner whatsoever without written permission from the author, except in the case of brief quotations embodied in critical articles and reviews.

The Author of this book is solely responsible and liable for its content including but not limited to the views, representations, descriptions, statements, information, opinions and references ["Content"]. The Content of this book shall not constitute or be construed or deemed to reflect the opinion or expression of the Publisher or Editor. Neither the Publisher nor Editor endorse or approve the Content of this book or guarantee the reliability, accuracy or completeness of the Content published herein and do not make any representations or warranties of any kind, express or implied, including but not limited to the implied warranties of merchantability, fitness for a particular purpose. The Publisher and Editor shall not be liable whatsoever for any errors, omissions, whether such errors or omissions result from negligence, accident, or any other cause or claims for loss or damages of any kind, including without limitation, indirect or consequential loss or damage arising out of use, inability to use, or about the reliability, accuracy or sufficiency of the information contained in this book.

Made with ♥ on the Notion Press Platform
www.notionpress.com

കഥകളെ സ്നേഹിക്കുന്ന എല്ലാവർക്കുമായി
ഈ കൊച്ചു കഥ

സമാഹാരം സമർപ്പിക്കുന്നു. എന്റെ
ഭാവനക്കനുസരിച്ച്

തയ്യാറാക്കിയ കൊച്ചു , കൊച്ചു കഥകളാണ്
ഇതിൽ ഉള്ളത്.

ഇഷ്ടപ്പെടുമെന്നു കരുതുന്നു .

രാജ്മോഹൻ.പി.ആർ

ഉള്ളടക്കം

ആമുഖം

സമുദ്രം സാക്ഷി - കഥാ സമാഹാരം

രാജ് മോഹൻ .പി. ആർ - തൃശൂരിലെ കുട്ടനെല്ലൂർ ആണ് സ്വദേശം. ഗൾഫിൽ ഫിനാൻസ് ഓഫീസർ ജോലി നോക്കുന്നു. തിരക്കേറിയ പ്രവാസ ജീവിതത്തിനിടയിൽ കിട്ടുന്ന സമയം സാഹിത്യ രചിച്ചകൾക്കായി മാറ്റി വക്കുന്നു. നിരവധി ഡിജിറ്റൽ ബുക്കുകൾ

ആമസോൺ വഴി പബ്ലിഷ് ചെയ്തിട്ടുണ്ട്. തന്റെ തൂലികത്തുമ്പിൽ വിരിയുന്ന കഥകൾ / കാവ്യങ്ങൾ പല മാധ്യമങ്ങളിലും കുറിക്കാറുണ്ട്. നിരവധി സാഹിത്യ രചനകൾ പത്ര മാധ്യമങ്ങളിലൂടെ പ്രസിദ്ധീകരിച്ചിട്ടുണ്ട്. ആമസോണിലൂടെ 10 ബുക്കുകൾ ഡിജിറ്റലായി പ്രസിദ്ധീകരിച്ചു.നോഷൻ പ്രസ് വഴി 10 ബുക്കുകൾ പ്രിന്റ് എഡിഷൻ ആയി പ്രസിദ്ധീകരിച്ചു.അക്ഷര മുദ്രയുടെ -ഹൃദയമുദ്ര കവിതാ സമാഹാരം , അക്ഷരം മാസികയുടെ കവിതാ സമാഹാരം , മഴതുള്ളി പുബ്ലിക്കേഷന്റെ കഥ , കവിതാ സമാഹാരം , സെൻട്രൽ യൂണിവേഴ്സിറ്റി തയ്യാറാക്കി കറന്റ് ബുക്ക് പ്രസിദ്ധീകരിച്ച പ്രവാസ കഥാ സമാഹാരം എന്നിവയിൽ രചനകൾ പ്രസിദ്ധീകരിച്ചിട്ടുണ്ട്. എം.കോം ബിരുദാന്തര ബിരുദദാരിയായാണ്. ഇദ്ദേഹത്തിന്റെ പ്രിന്റ് ചെയ്ത 11 ബുക്കുകൾ ആമസോൺ ,ഫ്ലിപ്കാർട്ട് എന്നിവയിലൂടെ ലഭ്യമാണ്.

ഭാര്യ - ധന്യ മേനോൻ

മകൻ - തേജസ്സ് . ആർ . മേനോൻ

മുഖവുര

സമുദ്രം സാക്ഷി - കഥാ സമാഹാരം

കഥകളെ സ്നേഹിക്കുന്ന എല്ലാവർക്കുമായി ഈ കൊച്ചു കഥ

സമാഹാരം സമർപ്പിക്കുന്നു. എന്റെ ഭാവനക്കനുസരിച്ച്

തയ്യാറാക്കിയ കൊച്ചു , കൊച്ചു കഥകളാണ് ഇതിൽ ഉള്ളത്.

ഇഷ്ടപ്പെടുമെന്നു കരുതുന്നു .

രാജ്മോഹൻ.പി.ആർ

കടപ്പാട്

സമുദ്രം സാക്ഷി - കഥാ സമാഹാരം

കഥകളെ സ്നേഹിക്കുന്ന എല്ലാവർക്കുമായി ഈ കൊച്ചു കഥ സമാഹാരം സമർപ്പിക്കുന്നു. എന്റെ ഭാവനക്കനുസരിച്ച് തയ്യാറാക്കിയ കൊച്ചു , കൊച്ചു കഥകളാണ് ഇതിൽ ഉള്ളത്. ഇഷ്ടപ്പെടുമെന്നു കരുതുന്നു .

അവതാരിക

സമുദ്രം സാക്ഷി - കഥാ സമാഹാരം

അവതാരിക

16 കഥകളുടെ സമാഹാരം ആണ് ഈ ബുക്ക് . കാഴ്ചകളിൽ ഉടക്കിയത് പലതും , കഥകളായി പിന്നീട് മാറുകയാണുണ്ടായത്. ഇഷ്ടപ്പെടുമെന്നു കരുതുന്നു.

നിങ്ങളുടെ സ്വന്തം രാജ്മോഹൻ.പി.ആർ

<u>ഉള്ളടക്കം</u>

*3.*ശൂന്യത

*4.*ശിഷ്യർ

*5.*ഒരു കോടീശ്വരിയുടെ വിലാപം

*6.*വിമാനം

*7.*പൊതിച്ചോർ

*8.*കൈക്കൂലി

*9.*ചില സൗഹൃദങ്ങൾ അങ്ങനെയാണ്

*10.*ആക്സിഡൻ്റ്

*11.*മാതൃകാ കുടുംബം

*12.*അനാഥ

അവതാരിക

1

ഒരു സ്കൂൾ കഥ

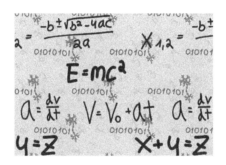

ഞാൻ രവി. ഏഴാം ക്ലാസ്സിൽ പഠിക്കുമ്പോഴുണ്ടായ അനുഭവം പങ്കുവെക്കാം. ഞാൻ പഠിച്ചിരുന്നത് ഒരു പള്ളി വക സ്കൂളിൽ ആയിരുന്നു. വീട്ടിൽ നിന്ന് സ്കൂളിലേക്ക് യാത്ര ചെയ്തിരുന്നത് ഒരു വാടക ഓട്ടോയിൽ ആയിരുന്നു. ഓട്ടോയിൽ മറ്റു കുട്ടികളും ഉണ്ടാവും . അന്ന് ഞാൻ യാത്ര ചെയ്തിരുന്ന ഓട്ടോ നന്നായി അലങ്കരിച്ചത് ആയിരുന്നു.

അതിന്റെ മുകള്ഭാഗത്തായി ഒരു ചുവപ്പ് ഹൃദയ ചിഹ്നം ഉണ്ടായിരുന്നു. ഒരു ദിവസം ഓട്ടോയിൽ സ്കൂളിലേക്ക് പോയിക്കൊണ്ടിരിക്കുമ്പോൾ കുട്ടികളെല്ലാം വഴിയിൽ കാണുന്നവരോട് 'ഐ ലവ് യു ' എന്ന് ഉറക്കെ പറയാൻ തുടങ്ങി. ഒന്നാം ക്ലാസ്സിൽ പഠിക്കുന്ന എനിക്കും ഹരം കേറി ഞാനും ഉറക്കെ കൂവി 'ഐ ലവ് യൂ' എന്ന്. അന്ന് എന്റെ ക്ലാസ്സിൽ പഠിക്കുന്ന മറ്റൊരു പെൺകുട്ടിയും ആ ഓട്ടോയിൽ ഉണ്ടായിരുന്നു.

ആ കാലത്തു നമ്മുടെ പ്രിൻസിപ്പൽ (അവിടുത്തെ അച്ചൻ ആയിരുന്നു) രാവിലെ എല്ലാ ക്ലാസ്റൂമുകളും സന്ദർശിക്കുമായിരുന്നു. അങ്ങനെ അന്ന് പ്രിൻസിപ്പൽ സന്ദർശിക്കാൻ വന്നപ്പോൾ ഈ പെൺകുട്ടി തമാശയെന്നോണം അദ്ദേഹത്തോട് പറഞ്ഞു ഞാൻ വഴിയിൽ എല്ലാവരോടും 'ഐ ലവ് യു ' പറഞ്ഞുവെന്ന്. ഇത് കേട്ട പ്രിൻസിപ്പൽ അന്നത്തെ അസ്സെംബ്ലിയിൽ എന്നെ സ്റ്റേജിനു മുമ്പിലേക്ക് വിളിച്ചു. ഒന്ന് മുതൽ പത്തു വരെ ഉള്ള സ്കൂളാണെന്ന് ഓർക്കണം. അവരുടെയെല്ലാം മുമ്പിൽ വെച്ച അസ്സെംബ്ലിയിൽ എന്നെ വിളിച്ചു നിർത്തി എന്നെ വളരെയധികം കളിയാക്കി. എന്നിട് എനിക്ക് 'Love seller' എന്ന പേര് ഇട്ടു.

എല്ലാവരുടെയും മുന്നിൽ വെച്ച 'I will not repeat it again ' എന്നും പറയിപ്പിച്ചു. അന്ന് എനിക്ക് repeat ഇന്റെ അർഥം അറിയില്ലെങ്കിൽ കൂടി ഞാൻ അത് പറഞ്ഞു. അന്ന് അവിടെ ഉണ്ടായിരുന്ന അധ്യാപകർക്കെല്ലാം ഇത് കണ്ടപ്പോൾ സങ്കടം തോന്നിയിരുന്നു. അന്ന് എന്റെ ചേച്ചിയും അവിടെ ആയിരുന്നു പഠിച്ചിരുന്നത്.

ചേച്ചിക്കും വളരെ വിഷമമായി.പിന്നീട് ഒമ്പതിലും പത്തിലും ഒക്കെ പഠിച്ചുകൊണ്ടിരുന്ന കുട്ടികൾ എന്നെ കാണുമ്പോൾ ചിലപ്പോഴൊക്കെ ലവ് സെല്ലർ എന്ന് വിളിക്കുമായിരുന്നു. അന്ന് എനിക്ക് അത്ര വിഷമം ഒന്നും തോന്നിയില്ലെങ്കിലും വലുതായിട്ട് ആലോചിച്ചപ്പോൾ ആ പ്രിൻസിപ്പൽ ചെയ്തത് ഒരു തെറ്റായ പ്രവർത്തി ആയിട്ടാണ് തോന്നിയത്.

എല്ലാവരെയും സ്നേഹിക്കാൻ പഠിപ്പിക്കേണ്ടവർ എന്നോട് അത്

ആവർത്തിക്കരുത് എന്നാണ് അന്ന് പറഞ്ഞത്. പകരം ഞാൻ ആയിരുന്നു ശെരി എന്ന് എനിക്ക് ഇന്ന് തോനുന്നു. 'I love you' എന്ന് പറഞ്ഞത് അന്ന് ആ വഴിയിൽ ഉണ്ടായിരുന്ന മനുഷ്യരിൽ എത്ര മാത്രം സന്ദോഷം ഉളവാക്കി കാണും. ഇന്ന് എനിക്ക് Love seller എന്ന ആ പേരിൽ അഭിമാനം ആണുള്ളത്.

(രാജ്മോഹൻ)

2

പ്രിയ ചന്ദ്രേട്ടൻ

ചന്ദ്രേട്ടനെ എന്റെ ചെറുപ്പം മുതൽ കണ്ടിരുന്നത്
ഒരു രാഷ്ട്രീയ നേതാവ് ആയിട്ടായിരുന്നു.
ചന്ദ്രൻ നേതാവ് എന്ന ചുരുക്കപ്പേരിൽ
അറിയപ്പെട്ടിരുന്ന മുതിർന്ന രാഷ്ട്രീയ നേതാവ്.
ആ കാലത്ത് ചന്ദ്രേട്ടന്റെ തീപ്പൊരി പ്രസംഗങ്ങൾ
ഏറെ ഞാൻ കേട്ടിട്ടുണ്ട്..

അന്നത്തെ അദ്ദേഹത്തിന്റെ കഴിവ് വെച്ച് നോക്കിയാൽ ഇന്ന് നല്ലൊരു ഉയർന്ന പദവിക്ക് അർഹനാണെന്ന് പറഞ്ഞു കേട്ടിട്ടുണ്ട്..

രാഷ്ട്രീയമല്ലേ പലതും പ്രതീക്ഷിക്കാമല്ലോ?

എന്തായാലും അദ്ദേഹം ആ മേഖലയിൽ നിന്നും പടിയിറങ്ങി. പിന്നീട് വർഷങ്ങൾക്ക് ശേഷം ഞങ്ങൾ സാഹിത്യ മേഖലയിൽ വെച്ച് കണ്ടുമുട്ടി. അന്നുമുതൽ ആ ബന്ധം വളരെ നല്ല രീതിയിൽ തന്നെ ആയിരുന്നു. എല്ലാ ദിവസവും എനിക്ക് ആദ്യം വന്നിരുന്നത് ചന്ദ്രേട്ടന്റെ മെസ്സേജ് ആണ്.

ഇന്ന് മെസ്സേജ് വന്നില്ല. അങ്ങനെ പതിവില്ല ...

പക്ഷേ പിന്നെ ആണ് അപ്രതീക്ഷിതമായി, അദ്ദേഹത്തിന്റെ മരണവാർത്ത അറിഞ്ഞത്... ഹാർട്ട് അറ്റാക്ക് ആയിരുന്നത്രെ.

മരിക്കാത്ത ഓർമ്മകളോടെ പ്രിയ ചന്ദ്രേട്ടന്

വേണ്ടി ഇവിടെ കുറിക്കട്ടെ.... ഒരുപാട് സ്നേഹം നിങ്ങൾ തന്നിരുന്നു. ഒപ്പം തന്നെ സൗഹൃദം.

(രാജ്മോഹൻ)

3

ശൂന്യത

ചില മരണങ്ങൾ ശൂന്യത നൽകാറില്ല പലർക്കും
.

വീടിനകത്തളത്തിൽ   നിശബ്ദമായി   ജീവിച്ച്
പോയവരായത് കൊണ്ടാവാം   ആ   മരണങ്ങൾ
നമുക്കൊരാഘാതം സൃഷ്ടിക്കാതെ പോയത്.

പ്രിയപ്പെട്ട ഉമ്മ

ഉമ്മാമ്മ എന്റെ ഉമ്മയുടെ ഉമ്മ

ഫാത്തിമ ഇന്നലെ ഈ ലോകത്ത് നിന്നും വിടപറഞ്ഞു. പലരും ആഗ്രഹിക്കുന്നൊര് കാര്യമുണ്ട് കിടന്ന് മരിക്കാതെ മറ്റൊരാളേയും ബുദ്ധിമുട്ടിപ്പിക്കാതെ പെട്ടെന്നുള്ള മരണം. ഒരുപ്പയേയും ഉമ്മയേയും സംബന്ധിച്ച് അവരുടെ മക്കളുടെ കൈ കൊണ്ട് ഒരു തുള്ളി വെള്ളം തൊട്ടുനുകർന്ന് മരണം വരിക്കാനാണ് ആഗ്രഹിക്കുന്നത്.

പക്ഷെ പലർക്കും ആ ആഗ്രഹങ്ങൾ ലഭിക്കാറുമില്ല.

ഇവിടെ മക്കളെല്ലാവരും കൂടെ നിന്ന് കൺകുളിർക്കെ കണ്ട് മരണം കൈവരിച്ചവരാണ് പത്ത് പന്ത്രണ്ട് വർഷങ്ങൾക്ക് മുൻപെ ഈ ലോകം വിട്ടു പോയ വല്യുപ്പാവയും , ഇന്നലെ മൺമറഞ്ഞ ഉമ്മ,

ഉമ്മാമയും ...!

ഓർമ്മകളുടെ അറ്റത്ത് ഉമ്മ

വീട് ഒരു ഗൃഹാതുരത്തിന്റെ അടയാളപ്പെടുത്തലാണ് വല്യുപ്പയും വല്യുമ്മയുമുള്ള കൂട്ടുകുടുംബം

ഏഴ് മക്കളും മക്കളെ മക്കളും ചേർന്ന് ഓരോ കൂടിച്ചേരലും ആവേശമായിരുന്നു.

വർഷങ്ങൾക്കിപ്പുറത്ത് അതെല്ലാം നല്ല ഓർമ്മകൾ മാത്രമായി അവശേഷിക്കുന്നു.

ഗ്യാസടുപ്പുകൾ കടന്ന് കയറാത്ത വിറകടുപ്പിൽ പുകഞ്ഞ് തീർന്ന ചക്ക പുഴുക്കും കപ്പയും കഞ്ഞിയും റേഷനരിയും ചേർന്ന് ഉള്ളതിൽ നിന്ന് വിശപ്പടക്കി ഓരോ കുഞ്ഞു മനസ്സ്റ്റും ആനന്ദം കണ്ടെത്തി.

വല്യുപ്പാവ മരിച്ച് പോയതിന് ശേഷം ഉമ്മ

ഉമ്മാമ വീട്ടിലേക്ക് പോകുമ്പോൾ ഉമ്മ

ഉമ്മാമക്ക് വേണ്ടി മാത്രം വാങ്ങുന്ന ചിലതിലൊക്കെ ഞാൻ ശ്രദ്ധിക്കാറുണ്ടായിരുന്നു. വെറ്റിലയും പുകയിലയും വാങ്ങി വെച്ച് ബേക്കറിയിൽ ചെന്ന് ഒരു ഐസ് ക്രീമിന് പറയും

ഇതാർക്ക ഉമ്മ?

അവിടെ ചെറിയ മക്കളൊന്നുമില്ലല്ലോ ...?

എന്ന് പറയുമ്പോ ഉമ്മ പറയും

കുഞ്ഞ, അതുമ്മാക്ക് വല്യ ഇഷ്ടമാണ്

അതാണ് ഇത് വാങ്ങുന്നതെന്ന്.

വീടണഞ്ഞാൽ ഉമ്മ കൊണ്ടുവന്ന കെട്ടിലൂടെ പരതി ഉമ്മ

ഉമ്മാമാക്ക് വെറ്റിലയും പുകയിലയും കൂടെ ഐസ് ക്രീമും കൊടുക്കും.

അപ്പോ

പുകയില കൂട്ടി മുറുക്കി ചൂവപ്പിച്ച പല്ല് കാട്ടി
ഒരു ചിരിയുണ്ട് നിഷ്കളങ്കമായ ഒരു ചിരി

അത് മാത്രം മതിയാവും

ഉമ്മാമാക്ക് സന്തോഷം വരാൻ .

കസേരയിൽ ഒതുങ്ങിയിരുന്ന് സ്പൂണു കൊണ്ട്
ഐസ് ക്രീം

നുണഞ്ഞ് തിന്നുന്ന കാഴ്ച ഒരു പ്രത്യേക
രസമാണ് .

ഉമ്മാമാന്റെ മനസ്സറിഞ്ഞ ഉമ്മ.

എന്ന് ഞാനെന്റെ മനസ്സിൽ ചേർത്ത് വെക്കും.

ഭക്ഷണം വിളമ്പുമ്പോ കൂടെ നിന്ന് കഴിപ്പിക്കുന്ന
ഉമ്മ.

ഉമ്മാമാമ ഇനിമുതൽ ഇല്ല

തിരക്കുകളുടെ പാച്ചിലിൽ കാണാൻ മറന്ന് പോയ അല്ലെങ്കിൽ നാളേക്ക് കാണാമെന്ന് മാറ്റി വെച്ച് എന്റെ തിരക്കിലേക്ക് നടന്നകലുമ്പോൾ

ഇനി ഒരിക്കലും കാണാൻ പറ്റാത്ത ദൂരത്തേക്കവർ സഞ്ചരിച്ച് പോയേക്കാം.

ആശുപത്രിക്കിടക്കയിൽ അവസാന ശ്വാസമെടുക്കുമ്പോഴും പ്രാർത്ഥന കൊണ്ട് കണ്ണ് നിറച്ച് മക്കളെല്ലാവരും ചേർന്ന് നിന്ന ആ നിമിഷത്തിൽ,റൂഹെടുത്ത് മാലാഖ പറന്ന് പോയിരിക്കുന്നു.

മരണം ഉൾക്കൊണ്ട് കൊണ്ട് മക്കളെല്ലാവരും

ഇനി ഉമ്മയില്ലെന്ന തിരിച്ചറിവ് കൈ കൊണ്ടു കഴിഞ്ഞു.

(രാജ്മോഹൻ)

4

ശിഷ്യർ

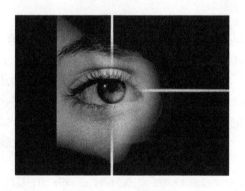

വനജ ഒരു കാലത്ത് മലപ്പുറത്ത് ഗണിത അദ്ധ്യാപികയായിരുന്നു. ഒരു ദിവസം, അവരുടെ പൂർവ്വ വിദ്യാർത്ഥികളിലൊരാൾ അവരേ ഒരു റെയിൽവേ സ്റ്റേഷന് സമീപം ഭിക്ഷാടനം ചെയ്യുന്നത് കണ്ടു, പക്ഷേ ആ സമയം അവരേ നന്നായി തിരിച്ചറിഞ്ഞില്ല. പിന്നീട്, അത് തന്റെ ക്ലാസ് ടീച്ചറാണെന്ന് വിദ്യാർത്ഥി തിരിച്ചറിഞ്ഞു.

അത്തരമൊരു സാഹചര്യത്തിൽ റെയിൽവേ സ്റ്റേഷനിൽ എന്താണ് ചെയ്യുന്നതെന്ന് അവരുടെ പൂർവ്വ വിദ്യാർത്ഥി അവരോട് ചോദിച്ചു, "ഞാൻ ജോലിയിൽനിന്നും വിരമിച്ചതിന് ശേഷം എന്റെ സ്വന്തം കുട്ടികൾ എന്നെ ഉപേക്ഷിച്ചു, അന്നുമുതൽ ഞാൻ ഭവനരഹിതയായി, അതിനാൽ ഞാൻ റെയിൽവേ സ്റ്റേഷന് മുന്നിൽ ഭിക്ഷാടനം നടത്തുകയായിരുന്നു."

അത് കേട്ട് കരയുന്ന ആ വിദ്യാർത്ഥി,അവളെ വീട്ടിൽ കൊണ്ടുവന്ന് അവൾക്ക് നല്ല വസ്ത്രങ്ങളും ഭക്ഷണവും നൽകി, അവരുടെ താമസം ക്രമപ്പെടുത്തി. അവർ വഴി വിദ്യാസമ്പന്നരായ എല്ലാ സഹപാഠികളെയും ബന്ധപ്പെട്ടു. അവർ എല്ലാവരും ചേർന്ന് അതിശയകരമായ കാര്യങ്ങൾ ചെയ്തു, അവരെ ജീവിക്കാൻ മെച്ചപ്പെട്ട സ്ഥലത്തേക്ക് മാറ്റി, അവരുടെ ജീവിതം എന്നെന്നേക്കുമായി മാറ്റി.

സാരംശം

അവരുടെ സ്വന്തം കുട്ടികൾ അവരെ ഉപേക്ഷിച്ചു, പക്ഷേ അവർ പഠിപ്പിച്ച കുട്ടികൾ ഉപേക്ഷിച്ചില്ല. നിങ്ങളുടെ കുട്ടികളെ നിങ്ങൾ സ്നേഹിക്കുന്നത് പോലെ മറ്റ് കുട്ടികളെയും

സ്നേഹിക്കുക, കാരണം നാളെ നമ്മുടെ ജീവിതം എന്ത് കൊണ്ടുവരുമെന്ന് നമുക്ക് ആർക്കും അറിയില്ല.

(രാജ്മോഹൻ)

5
ഒരു കോടീശ്വരിയുടെ വിലാപം

ലോകത്തിലെ ഏറ്റവും വിലയേറിയ ബ്രാൻഡ് കാർ എന്റെ ഗാരേജിലുണ്ട് പക്ഷെ ഞാൻ ഇപ്പോൾ വീൽചെയറിൽ ആണ് യാത്ര ചെയുന്നത് എന്റെ വീട്ടിൽ എല്ലാത്തരം ഡിസൈൻ വസ്ത്രങ്ങളും ചെരിപ്പുകളും വിലയേറിയ വസ്തുക്കളും നിറഞ്ഞിരിക്കുന്നു. പക്ഷെ ആശുപത്രി നൽകിയ ചെറിയ ഷീറ്റിൽ

എന്റെ ശരീരം പൊതിഞ്ഞിരിക്കുന്നു.

ബാങ്കിൽ ആവശ്യത്തിനു പണമുണ്ട്. എന്നാൽ ആ പണം ഇപ്പോൾ എനിക്ക് പ്രയോജനപ്പെടുന്നില്ല. എന്റെ വീട് ഒരു കൊട്ടാരം പോലെയാണെങ്കിലും ഞാൻ ആശുപത്രിയിലെ ഇരട്ട വലുപ്പത്തിലുള്ള കട്ടിലിൽ കിടക്കുന്നു. ഞാൻ ഒരു പഞ്ചനക്ഷത്ര ഹോട്ടലിൽ നിന്ന് മറ്റൊരു പഞ്ചനക്ഷത്ര ഹോട്ടലിലേക്ക് പോകുമായിരുന്നു. എന്നാൽ ഇപ്പോൾ ഞാൻ ഒരു ലാബിൽ നിന്ന് മറ്റൊന്നിലേക്ക് ആശുപത്രിയിൽ സമയം ചെലവഴിക്കുന്നു.

ഞാൻ നൂറുകണക്കിന് ആളുകൾക്ക് ഓട്ടോഗ്രാഫുകൾ നൽകി - ഇന്ന് ഡോക്ടറുടെ കുറിപ്പ് എന്റെ ഓട്ടോഗ്രാഫ് ആണ്. എന്റെ മുടി അലങ്കരിക്കാൻ എനിക്ക് ഏഴ് ബ്യൂട്ടിഷ്യൻ ഉണ്ടായിരുന്നു - ഇന്ന് എന്റെ തലയിൽ ഒരു മുടി പോലും ഇല്ല. ഒരു സ്വകാര്യ ജെറ്റിൽ, എനിക്ക് ആവശ്യമുള്ളിടത്ത് പറക്കാൻ കഴിയും.

എന്നാൽ ഇപ്പോൾ ഞാൻ ആശുപത്രിയുടെ വരാന്തയിലേക്ക് പോകാൻ രണ്ടുപേരുടെ സഹായം സ്വീകരിക്കണം. ധാരാളം ഭക്ഷണങ്ങൾ ഉണ്ടെങ്കിലും, എന്റെ ഭക്ഷണക്രമം ഒരു ദിവസം രണ്ട് ഗുളികകളും രാത്രിയിൽ കുറച്ച് തുള്ളി ഉപ്പുവെള്ളവുമാണ്. ഈ വീട്, ഈ കാർ, ഈ ജെറ്റ്, ഈ ഫർണിച്ചർ, നിരവധി ബാങ്ക് അക്കൗണ്ടുകൾ, വളരെയധികം അന്തസ്സും പ്രശസ്തിയും, ഇവയൊന്നും എനിക്ക് ഒരു പ്രയോജനവുമില്ല.

ഇവയൊന്നും എനിക്ക് അൽപ്പം ആശ്വാസം നൽകാൻ കഴിയില്ല. ആശ്വാസം നൽകുന്നത് കുറെ ആളുകളുടെ മുഖങ്ങളും അവരുടെ സ്പർശനവും. " മരണത്തേക്കാൾ സത്യമൊന്നുമില്ല .... ജീവിതത്തിലെ ഏറ്റവും പ്രധാനപ്പെട്ട കാര്യം സ്നേഹമാണ്. ജീവിതം ഒന്നേ ഉള്ളു, ഒരിക്കലെ ഉള്ളു ... അത് ജീവിക്കുക.. നന്മ ചെയ്ത് ജീവിക്കുക ഓരോ നിമിഷവും.

രാജ്മോഹൻ

(വിശ്വ പ്രസിദ്ധ ഫാഷൻ ഡിസൈനറും എഴുത്തുകാരിയുമായ കിർസിഡ റോഡ്രിഗ്രസ് കാൻസർ ബാധിച്ചു മരണത്തിനു കീഴടങ്ങുന്നതിന് മുമ്പ് എഴുതിയ കുറിപ്പാണ്, ഈ കഥക്ക് ആധാരം)

6

വിമാനം

...ഒരിക്കൽ ഒരിടത്ത്....

വർഷങ്ങൾക്ക് മുൻപ്, ആണ് സംഭവം

പെണ്ണുകാണൽ   ചടങ്ങിനിടക്ക്
പുറത്തേക്കിറങ്ങി ഓടിയ പെണ്ണിനെ കണ്ടിട്ട്
ആദ്യം ചെക്കൻ ഒന്ന് അന്ധാളിച്ചുപോയി..,

" പേടിക്കേണ്ട കുട്ടി വിമാനം കാണാൻ
ഓടുന്നതാ..". മൂന്നാന്റെ സമാധാനിപ്പിക്കൽ.

ചെറുക്കൻ ഗൾഫ് കാരൻ ആയിരിക്കണം
പെണ്ണിനെ ഗൾഫിൽ കൊണ്ട് പോകയും
വേണം....

ഇതുമാത്രമേയുള്ളൂ കണ്ടീഷൻ.

പിന്നെ പല രാത്രിയിൽ വീഡിയോ കാൾ
ചെയ്യുമ്പോൾ, പുറത്തേക്കിറങ്ങിയോടി പറന്നു
പോകുന്ന വിമാനം നോക്കുകയായിരുന്നു
അവളുടെ ഹോബി....

രാജ്മോഹൻ

7

പൊതിച്ചോർ

ജോലി കഴിഞ്ഞ് വിട്ട് വീട്ടിലേക്ക് മടങ്ങുന്ന
വഴിയിൽ പെരിന്തൽമണ്ണ കഴിഞ്ഞ് മണ്ണാർമല
മാട് റോഡിൽ എത്തിയപ്പോഴാണ് രവി ആ
കാഴ്ച്ച കണ്ടത്.

സമയം വൈകുന്നേരം 5 മണി കഴിഞ്ഞിട്ടുണ്ട്.
പെരിന്തൽമണ്ണ ഊട്ടി റോഡിൽ നിന്ന് മാനത്ത്
മംഗലം മാട് റോഡിലേക്ക് തിരിഞ്ഞു. തൊട്ടു

മുന്നിൽ ഒരു സ്ക്കൂട്ടറിൽ ഒരേ യൂണിഫോമിട്ട മൂന്ന് കോളേജ് വിദ്യാർത്ഥികൾ. അവരുടെ പിറകെ രവിയും വീട് ലക്ഷ്യമാക്കി സഞ്ചരിച്ച് കൊണ്ടിരിന്നു.

മാട് റോഡിൽ അൽപ്പം മുന്നോട്ട് പോയാൽ ചെറിയ രണ്ട് വളവുകളുണ്ട് മുന്നിലുള്ള സ്കൂട്ടർ വളവിലെത്തിയപ്പോൾ വേഗത കുറച്ചു.പുറികിലിരിക്കുന്ന വിദ്യാർത്ഥി ബാഗ് തുറന്ന് ഒരു പേപ്പർ പൊതി പുറത്തെടുക്കുകയും റോഡ് സൈഡിലേക്ക് വലിച്ചെറിയുകയും ചെയ്തു. കുറച്ച് പുറകിലായി ബൈക്ക് ഓടിച്ച് വരുന്ന രവി വലിച്ചെറിഞ്ഞത് എന്താണെന്ന് അറിയാൻ ബൈക്ക് ഓഫാക്കി ചെന്ന് ആകാക്ഷയോടെ നോക്കി.

വലിച്ചെറിഞ്ഞതിൻ്റെ ശക്തികൊണ്ടാവാം വാട്ടിയ വാഴ ഇല പല ഭാഗത്തായി കീറിയിട്ടുണ്ട്. കറിയൊഴിച്ച ചോറ് റോഡരികിൽ ചിതറിക്കിടക്കുന്നു.

പയറുപ്പേരിയും ചമ്മന്തിയും ചോറിനിടയിൽക്കൂടി കാണാനുണ്ട്. തിരിച്ച് ബൈക്കിൽ കയറാൻ നോക്കിയപ്പോൾ ബൈക്കിനടുത്തുണ്ട് രണ്ട് മീൻ കഷ്ണങ്ങൾ.

വല്ലാത്തൊരു മാനസികാവസ്ഥയോടെ രവി ബൈക്കിൽ കയറി യാത്ര തുടർന്നു.

പത്ത് കിലോമീറ്ററോളം പിന്നെയും സഞ്ചരിക്കണം വീട്ടിലെത്താൻ മനസ്സിലൂടെ ഒരു പാട് ചിത്രങ്ങൾ മിന്നി മറഞ്ഞു...

ഒൻപത് മണിക്ക് തുടങ്ങുന്ന കോളേജിലേക്ക് രാവിലെ ഏഴരക്കെങ്കിലും വീട്ടിൽ നിന്ന് ഇറങ്ങിയിട്ടുണ്ടാകും ആ വിദ്യാർത്ഥി. മരം കോച്ചുന്ന കൊടും തണുപ്പിൽ എത്ര നേരത്തെ എണീറ്റിട്ടുണ്ടാകും അവൻ്റെ അമ്മ. മോൻ പോകുമ്പഴേക്കും ചായയും പലഹാരവും തയ്യാറാക്കി മേശപ്പുറത്തേക്ക് വെച്ച് കൊടുക്കണം. ഉച്ചക്ക് കഴിക്കേണ്ട ചോറും കറിയും ഉപ്പേരിയും ഉണ്ടാക്കണം. പറമ്പിൽ പോയി വാഴ ഇല വെട്ടി വാട്ടിയിട്ട് ചോറും കറിയും വിളമ്പി ന്യൂസ് പേപ്പറിൽ പൊതിയണം ഇതൊക്കെ ചെയ്യുന്ന സമയത്തും മൂടിപ്പുതച്ച് ഉറങ്ങുകയായിരിക്കും കോളേജ് കുമാരൻ.

കുളിയും നനയും കഴിഞ്ഞ് വരുമ്പോഴേക്കും എല്ലാം സെറ്റാക്കി വെച്ച അമ്മ.തന്നെയായിരിക്കും ബാഗിലേക്ക് പൊതിച്ചോർ വെച്ച് കൊടുക്കുന്നതും.

വീട്ടുകാരെ ബോധിപ്പിക്കാൻ വേണ്ടി വീട്ടിൽ നിന്ന് ഭക്ഷണം കൊണ്ട് പോവുകയും കോളേജിലെത്തിയാൽ സ്റ്റാറ്റസിന് കോട്ടം തട്ടുമെന്ന ന്യൂ ജെൻ ചിന്ത കാരണം പുറത്ത് നിന്ന് ഭക്ഷണം കഴിക്കലും ഇന്ന് വ്യാപകമാണ്. പണമുണ്ടാക്കാനുള്ള വഴി വീട്ടുകാരറിയാതെ അവർ കണ്ടെത്തുകയും ചെയ്യും.

കുട്ടികൾ ഒരു നിമിഷം ഓർക്കുക. പൊതിച്ചോറിലുള്ളത് വിശപ്പടക്കാനുള്ള അന്നം മാത്രമല്ല അമ്മമാരുടെ സ്നേഹം കൂടിയാണ്.....

രാജ്മോഹൻ

8

കൈക്കൂലി

ജീവിതത്തിൽ ആദ്യമായി എന്റെ നേർക്ക് ഒരാൾ
300 രൂപ നീട്ടി. ഒരു നിമിഷം പെരുവിരൽ മുതൽ
ഒരു മരവിപ്പ് ദേഹമാകെ പടർന്നു.

"എനിക്ക് വേണ്ട. ഞാൻ ആരുടെയും കൈയ്യിൽ
നിന്ന് പൈസ വാങ്ങാറില്ല. എനിക്ക് ശമ്പളം

കിട്ടുന്നുണ്ട്. അത് മാത്രമേ എനിക്ക് ആവശ്യമുള്ളൂ. " എന്നു പറഞ്ഞു കൊണ്ട് അയാൾ എന്റെ നേർക്ക് നീട്ടിയ കൈക്കൂലി ഞാൻ നിരസിച്ചു.

"എന്റെ സന്തോഷത്തിന് വേണ്ടിയാണ് സർ.." അയാൾ പറഞ്ഞു. 'ഇവിടെ എപ്പോഴും സാറന്മാർ വാങ്ങാറുണ്ട്' അയാൾ തുടർന്നു.

"നിങ്ങളുടെ ചികിത്സക്ക് വേണ്ട സഹായങ്ങൾ ചെയ്യുവാൻ ഡോക്ടർ എന്ന നിലയ്ക്ക് ഞാൻ ബാധ്യസ്ഥനാണ്. കഴിയുന്നത് പോലെ എല്ലാം ചെയ്ത് തരും. പക്ഷെ അതിനെനിയ്ക്ക് കൈക്കൂലി ആവശ്യമില്ല." വീണ്ടും ഞാൻ ആവർത്തിച്ചു. ഒരുവിധത്തിൽ അയാളെ പറഞ്ഞയച്ചു. മറ്റു പലരും തുടർന്നു വന്ന ശീലമാകാം അയാളെക്കൊണ്ട് അതിന് പ്രേരിപ്പിച്ചത്. ഒന്നും അയാളുടെ കുറ്റമല്ല. സമൂഹത്തിൽ നടക്കുന്ന കൈക്കൂലി ചട്ടങ്ങളുടെ ചില ഉദാഹരണങ്ങൾ.

പല ആശുപത്രിയിൽ മാറി മാറി ഞാൻ ജോലി ചെയ്തു. വൈകിട്ട് പ്രൈവറ്റ് പ്രാക്ടീസും ചെയ്തിരുന്നു. ജോലിക്ക് പോകും മുൻപ് ക്ലിനിക് നടത്തിയപ്പോൾ 100 രൂപ സാധാരണക്കാരിൽ നിന്നും ഫീസായി

വാങ്ങിയിട്ടുണ്ട്. മരുന്ന് കൊടുത്തു കഴിയുമ്പോൾ "സാറേ, കാശില്ല നാളെ കൊണ്ടുതരാം" എന്നു പറഞ്ഞു പോയിട്ട് പിന്നീട് പൈസ തരാൻ വരാത്തവരും ഉണ്ട്. പക്ഷെ അതൊക്കെ അവരുടെ ഗതികേട് കൊണ്ടാവും. ഞാൻ പുറകെ പോയിട്ടില്ല.

കാശിനോട് ആർത്തി തോന്നിയിട്ടില്ല. ജീവിക്കാൻ ഒരു ജോലി മാത്രമല്ല എനിക്ക് ഈ ഡോക്ടർ എന്നത്. എനിക്കത് ഒരു സേവനം കൂടിയാണ്.

പി.ജി കൂടെ എഴുതി എടുക്കണം എന്നാണ് ആഗ്രഹം. അതിന് ശേഷവും ന്യായമായ ഫീസ് മാത്രമേ ഈടാക്കു. പാവപ്പെട്ടവർക്ക് അവരുടെ കൈയ്യിൽ ഉള്ളത് പോലെ എന്ത് തന്നാലും, അത് ഞാൻ സന്തോഷത്തോടെ വാങ്ങും. കണക്ക് പറഞ്ഞു ഫീസ് വാങ്ങില്ല.

ഒരുപാട് കാശു ഉണ്ടാക്കിയിട്ട് വലിയ വീട്ടിൽ കിടന്ന് ഉറങ്ങുന്നതിലും എനിക്ക് ഇഷ്ട്ടം പാവപ്പെട്ടവന്റെ മുഖത്തു വിരിയുന്ന പുഞ്ചിരി കണ്ട് ഉറങ്ങുവാനാണ്. ചാവുമ്പോൾ സന്തോഷത്തോടെ മരിക്കുക. കൂടെ ഒന്നും കൊണ്ടു പോകുന്നില്ലലോ. പിന്നെയെന്തിനാണ് കാശിനോട് ആർത്തി. പലരും ഇത് മനസിലാക്കുന്നില്ല.

രാജ്മോഹൻ

9

ചില സൗഹൃദങ്ങൾ അങ്ങനെയാണ് (കഥ)

messenger.com

Messenger

ഇൻബോക്സിലാണ് ആ സന്ദേശം രാഹുലിന് ലഭിച്ചത്. കവിത നന്നായി. തുടർന്നും എഴുതുക. സന്ദേശം അയച്ചത് ആതിര. ഒത്തിരി സന്ദേശങ്ങൾ ലഭിക്കുന്നതുകൊണ്ട് രാഹുലിന് അത് പ്രത്യേകം ശ്രദ്ധിക്കേണ്ടതായി തോന്നിയില്ല.

അടുത്ത ദിവസം രാഹുലിന് പിറന്നാളാശംസകളുമായി ധാരാളം സന്ദേശങ്ങൾ ലഭിച്ചു. കൂടെ ഒരു പ്രമുഖ തുണിക്കടയിലെ ഗിഫ്റ്റ് കൂപ്പണും ഒരു ആശംസാകാർഡുമുണ്ടായിരുന്നു. ആതിര എന്ന ആരാധികയുടെ വക. സന്ദേശം ഇങ്ങനെയായിരുന്നു. കവിക്ക് ഒരു ആരാധികയുടെ സമ്മാനമാണിത്. കൂപ്പണുപയോഗിച്ച് പിറന്നാളിന് ഇഷ്ടപ്പെടുന്ന വസ്ത്രം വാങ്ങുക.

കടയിലെത്തി കൂപ്പണിൻറെ ഒറിജിനല് വാങ്ങിയശേഷം ഒരു നല്ല വേഷം തിരഞ്ഞെടുത്തു. പുതിയ വേഷത്തിലൊരു ഫോട്ടോ ഫേസ്ബുക്കിൽ അപ്‌ലോഡ് ചെയ്തു.

ഉടനെ അതിരയുടെ കമൻറും വന്നു. വേഷം നന്നായി. തുടർന്ന് മെസ്സേജുകളൊരു പതിവായി.

അടുത്തതായി ഒരു ക്ഷണക്കത്തായിരുന്നു രാഹുലിന് കിട്ടിയത്. അതിലിങ്ങനെ കുറിച്ചിരുന്നു. വീട്ടുകാർക്ക് നല്ലൊരു ആലോചന വന്നു. കാലം മുന്നോട്ടല്ലേ താമസിപ്പിക്കണ്ട എന്ന് അച്ഛനും. എൻറെ കല്യാണം ഈ വരുന്ന 25 നാണ്. തീർച്ചയായും വരണം.

ലീവെടുത്ത് രാഹുൽ കല്യാണത്തിന് യാത്രയായി.

മുഹൂർത്തസമയം ഏകദേശം കഴിയാറായപ്പൊഴാണ് രാഹുൽ മണ്ഡപത്തിൽ എത്തിയത്. ഹാളിലെല്ലാവരും അസ്വസ്ഥമായി എന്തൊക്കെയോ അടക്കം പറയുന്നു. സുഹൃത്തിനെ നേരിൽ കണ്ടപ്പോഴാണ് ആതിര കാര്യം വ്യക്തമാക്കിയത്. വരൻ ഇതുവരെ എത്തിയിട്ടില്ല. എന്താണ് കാരണമെന്ന് വ്യക്തമല്ല. വരന്റെ കൂട്ടരെ വിളിച്ചിട്ട് ആരും തന്നെ ഫോണെടുക്കുന്നുമില്ല.

അധികം താമസിയാതെ ഒരു കാറിൽ മൂന്നുനാലുപേരെത്തി. വരുന്ന വഴിക്കു വരൻ തന്റെ രണ്ടു സുഹൃത്തുക്കളോടൊപ്പം മറ്റൊരു വഴിക്ക് പോയി. ഇപ്പോഴാണ് അറിയാൻ കഴിഞ്ഞത് അയാൾ ഇഷ്ടപ്പെടുന്ന മറ്റൊരു പെൺകുട്ടിയുമായി നഗരത്തിലെ രജിസ്ട്രാർ

ആഫിസിലെത്തി വിവാഹം രജിസ്റ്റർ ചെയ്തത്രെ.

തളർന്നിരുന്ന ആതിരയുടെ അരികിലേയ്ക് രാഹുൽ ചേർന്നുനിന്നു. പതിയെ ചെവിയിൽ മന്ത്രിച്ചു. "ഒന്നും തോന്നരുത്. ഞാൻ കൂടട്ടെ നിന്റെ കൂടെ? പൊന്നുപോലെ നോക്കാം. ഉള്ളതുകൊണ്ട് ഓണം പോലെ".

അവൾ കാര്യങ്ങളെ ഉൾക്കൊള്ളാൻ പാടുപെടുന്നതുപോലെ തോന്നി. പതിയെ ആതിരയുടെ കൺതടങ്ങളിൽ കെട്ടിക്കിടന്ന കണ്ണുനീർ തുള്ളികൾ ധാരയായി ഒഴുകി. അച്ഛൻ വന്ന് അവളെ നെഞ്ചോട് ചേർത്ത് നിർത്തി. നെറുകയിൽ മുഖമമർത്തി. ആതിര പതിയെ രാഹുലിനെ നോക്കി. അവനടുത്തുവന്ന് അവളുടെ കയ്യുകളിൽ തെരുപ്പിടിച്ചു പറഞ്ഞു.

"കരയരുത്, നഷ്ടങ്ങളെന്ന് ഇപ്പൊ കരുതുന്നതൊക്കെയും ലാഭക്കണക്കിലെഴുതിച്ചേർക്കപ്പെടുന്ന ഒരു കാലം വരും, അതിന്നായി നമുക്ക് കാത്തിരിക്കാം!"

അച്ഛൻ ഒരു ചെറുപുഞ്ചിരിയ്ക്കിടെ കണ്ണുതുടച്ചുകൊണ്ട് ആരോടെന്നില്ലാതെ പറഞ്ഞു, 'മേളം'....

രാജ്മോഹൻ

10

ആക്സിഡന്റ്

മഴമൂടിയ ആ ജൂലൈയിലെ ഒരുദിവസം ഒരു ആക്സിഡന്റിലൂടെയാണ് രാകേഷും അഖിലയും തമ്മിൽ പരിചയപ്പെടുന്നത്.

തിരക്കുള്ള റോഡിലൂടെയുള്ള ഡ്രൈവിങ്ങിനിടയിലാണ് രാകേഷിന് കൈയ്യബദ്ധം പറ്റി കാറിന്റെ പിൻ ചക്രം

അഖിലയുടെ കാലിൽ ഇടിച്ചു. അപ്രതീക്ഷിതമായ ആ സംഭവത്തിൽ രാകേഷ് പരിഭ്രമിച്ചു.

പുറമേക്ക് പരിക്കൊന്നും കാണാനായില്ലെങ്കിലും അവൾ വേദന കൊണ്ട് പുളയുന്നുണ്ടായിരുന്നു.അവരെ രണ്ടു പേരെയും അനുകൂലിച്ചും പ്രതികൂലിച്ചും അവിടെ തിങ്ങിക്കൂടിയ ജനക്കൂട്ടത്തിനിടയിലൂടെ രാകേഷ് അവളെ കൈ പിടിച്ച് വണ്ടിയിൽ കയറ്റി ഹോസ്പിറ്റലിലെത്തിച്ചു....

ഡോക്ടറെ കണ്ട് എക്സ്റെ എടുക്കുമ്പോഴേക്കും അഖിലയുടെ സുഹൃത്തുക്കൾ അവിടെയെത്തി.അവരുടെ മുഖത്തെല്ലാം രാകേഷ്

തെറ്റ് ചെയ്ത ഭാവം.രാകേഷിന്റെ ഭാഗത്ത് രാകേഷ്മാത്രം, വല്ലാത്തൊരു ഒറ്റപ്പെടൽ. അവരിൽ നിന്നുള്ള പ്രതികരണം എന്താകുമെന്നറിയാതെ തെല്ലു ഭയത്തോടെ നിൽക്കുന്ന രാകേഷിനെ നോക്കി പുഞ്ചിരിച്ചുകൊണ്ട് അഖില പറഞ്ഞു, നിങ്ങളിനി വീട്ടിലേക്ക് പോയ്ക്കോളു, ഇവരൊക്കെയുണ്ടല്ലോ ഇപ്പോൾ

കുഴപ്പമൊന്നുമില്ല.

ആ പുഞ്ചിരി രാകേഷിന്റെ മനസൊന്ന്
തണുപ്പിച്ചു. എങ്കിലും എക്സ്റെ റിപ്പോർട്ട്
ഡോക്ടറെ കാണിച്ച് കാലിൽ പ്ലാസ്റ്ററിടും വരെ
രാകേഷ് കൂട്ടുനിന്നു. എല്ലിനു ചെറുതായൊരു
സ്ക്രാച്ചുണ്ടായിരുന്നു. ഹോസ്പിറ്റൽ ബില്ലടച്ച്
അവളെ യാത്രയാക്കിയ ശേഷം മൊബൈൽ
നമ്പറും വാങ്ങിയാണ് രാകേഷ്മടങ്ങിയത്.

ആദ്യമായാണ്
രാകേഷ്ങ്ങനെയൊരനുഭവം. ഇത്രയും കാലം
ഒരപകടവും വരുത്തിയിട്ടില്ല.
വീട്ടുകാരറിഞ്ഞാൽ എന്തു പറയുമെന്ന
ആധിയുമുണ്ടായിരുന്നു. എല്ലാവരും
ആശ്വസിപ്പിക്കുകയാണ് ചെയ്തതെങ്കിലും ആ
സംഭവത്തിന്റെ ഷോക്ക് മാറാൻ രാകേഷ് രണ്ടു
ദിവസമെടുത്തു.

രണ്ട് മൂന്ന് ദിവസങ്ങൾക്കു ശേഷം മനസൊന്നു
ശാന്തമായപ്പോൾ രാകേഷ്
അഖിലയെവിളിച്ചു. അവളുടെ
സുഖവിവരമറിയാൻ
ആഗ്രഹമുണ്ടായിരുന്നെങ്കിലും പരസ്പരമൊരു
പരിചയപ്പെടലില്ലാതിരുന്നതിനാലാണു രാകേഷ്
വിളിക്കാൻ മടിച്ചു നിന്നത്.

പക്ഷേ യാതൊരു പരിചയക്കുറവോ ദേഷ്യമോ ഇല്ലാതെയുള്ള അഖിലയുടെ സംസാരം അവരെ പെട്ടെന്ന് പരിചിതരാക്കി. ഇടക്കിടെയുള്ള സുഖവിവരങ്ങളന്വേഷിക്കലുകൾക്കിടെ മൂന്നാഴ്ചത്തെ റെസ്റ്റിനു ശേഷം അഖില ജോലിക്ക് പോയിത്തുടങ്ങിയെങ്കിലും വാട്സ് ആപ്പ് മെസ്സെജുകളിലൂടെ അവരുടെ സൗഹൃദം തുടർന്നു.

നാടും വീടും കുടുംബ വിശേഷങ്ങളുമെല്ലാം അവർപരസ്പരം പങ്കു വെച്ചിരുന്നു.

അന്ന് രാകേഷ് ആ കാര്യം അഖിലയോട് പറഞ്ഞു. അഖിലയോട് പ്രണയമാണെന്ന സത്യം. ആദ്യമായ് കണ്ടപ്പോഴേ മനസിൽ തോന്നിയൊരിഷ്ടം ഇനിയെങ്കിലും പറയാതിരിക്കാൻ കഴിയില്ലെന്ന് രാകേഷ് അവളോട് പറഞ്ഞു....

അന്ന് അഖിലയുടെ വീട്ടിലെത്തി അവരുടെ പ്രണയം മാതാപിതാക്കളെ രാകേഷ് അറിയിച്ചു.

നല്ല ജോലിയും വിദ്യാഭ്യാസവുമുള്ള രാകേഷിനെ അഖിലയുടെ മാതാപിതാക്കളും അംഗീകരിച്ചു.

ഇന്ന് അവർ വിവാഹിതരാകുകയാണ്.

(രാജ്മോഹൻ)

11

മാതൃകാ കുടുംബം

എന്റെ പൊന്നു മക്കളെ നിങ്ങളെനിക്ക് ഇന്നലെ
കൊടുത്തയച്ച മാങ്ങാ അച്ചാർ കിട്ടി, പക്ഷെ

അതിലും രുചി തോന്നിയത് ആ അച്ചാർ പൊതിയുടെ കവറിൽ നിങ്ങളെഴുതിയ ആ വാക്കുകൾ ആയിരുന്നു " Daddy we miss you a lot" എന്ന ആ വാക്കുകൾ . എന്റെ മനസ്സിനും ഹൃദയത്തിനും ഒരേ സമയം രുചിയും അഭിമാനവും തന്നു മക്കളെ. നിങ്ങളെന്നെ ഇത്രയധികം സ്നേഹിക്കുന്നുണ്ടെന്ന് ഞാൻ നിങ്ങളെ പിരിഞ്ഞ് നിന്നപ്പാഴാണ് മനസ്സിലായത്.

എന്റെ മക്കൾ കരുതുന്നുണ്ടോ... അച്ചന്

നിങ്ങളോട് സ്നേഹം ഇല്ലാതത്ത് കൊണ്ടാണ് നിങ്ങളെ നാട്ടിലേക്ക് പറഞ്ഞയച്ചതെന്ന്?

അല്ല ഒരിക്കലും അല്ല.....

നിങ്ങളോടുള്ള അമിതമായ സ്നേഹം.... അതായിരുന്നു നിങ്ങളെ പറഞ്ഞയക്കാൻ കാരണം.നിർമ്മലേ....നീ കുഞ്ഞായിരികുമ്പോൾ ഈ ചുമരുകൾകിടയിൽ നീ ഒറ്റക്കിരുന്ന് കളിക്കു

ന്നത് കണ്ട് ഞാൻ എത്യ വിഷമിച്ചിട്ടുണ്ടെന്ന് നിനക്കറിയുമോ....

നഷ്ടമായ നിന്റെ ആ കുട്ടികാലം.... കഥ പറഞ്ഞു നിന്നെ ഉറക്കുന്ന നിന്റെ അമ്മൂമ്മ,അമ്മാവന്മാ രുടെ കൈ വിരൽ തുമ്പിൽ തൂങ്ങി പീടികയിൽ പോകേണ്ട പ്രായത്തിൽ ....നാട്ടിലെ കുട്ടികൾ മഴയത്തും ചളി വെളത്തിലും കളിച്ചു നടക്കുമ്പോൾ ഗൾഫിലെ ശീതികരിച്ച ഈ നാലു ചുമരുകൾക്കുള്ളിൽ Tab-ൽ മിന്നിമറയുന്ന കാർട്ടൂണുകൾ ആയിരുന്നു നിന്റെ കൂട്ടുകാർ.

അമ്മൂമ്മ,അമ്മ, അച്ചൻ ഇവരുമായി ഇടക്ക് പാർക്കിലേക്കുള്ള യാത്രകൾ ...ഇതെല്ലാം ആയുരുന്നു നിന്റെ ഗൾഫ് ജീവിതംഅല്ലങ്കിൽ നിന്റെ ഇതുവരെുള്ള ജീവിതം.....

പക്ഷെ ഇന്ന് നീ ഒരുപാടു മാറിയിരിക്കുന്നു നിന്റെ നാട്ടിലെ സ്ക്കുളിനെ കുറിച്ച് നിന്റെ പുതിയ കൂട്ടുകരെ കുറിച്ച് നീ പറഞ്ഞപ്പാൾ നിന്റെ കണ്ണുകളിലെ തിളക്കം ഞാൻ കണ്ടിരുന്നു. നിനക്കിപ്പോൾ Tab വേണ്ട, സ്മാർട്ട് ഫോൺ വേണ്ട, ടീവി വേണ്ട.....

നിനക്കിപ്പോൾ നമ്മുടെ അയൽവാസികളെ അറിയാം കുടുംബക്കാരെ അറിയാം, പീടിക ഭരണിയിലെ മിഠായികളുടെ പേരറിയാം.

നിർമ്മലേ... നിന്റെ കുഞ്ഞനുജത്തിയെ
പ്രസവിച്ചത് ഇവിടെയാണ്.... രണ്ട് മൂന്ന് മാസം
നിങ്ങളെ പിരിഞ്ഞിരിക്കാൻ വയ്യാത്ത എന്റെ
സ്വാർത്ഥത ആയിരുന്നു അതിനു കാരണം

നിങ്ങളുടെ ബാല്യം മണ്ണിലും മഴയത്തും കിടന്ന്
വളരേണ്ടതാണ് എന്ന തിരിച്ചറിവും നിങ്ങളുടെ
അമ്മക്ക് സഹായത്തിന് ആരും ഇവിടെ ഇല്ലാ
എന്നതു മാത്രമല്ല നിങ്ങളുടെ അച്ചൻ നിങ്ങളെ
നാട്ടിലേക്ക് പറഞ്ഞയക്കാൻ കാരണം....

കല്ല്യാണം കഴിഞ്ഞ് അധികം വൈകാതെത്തന്നെ
നിന്റെ അമ്മയും ഒരു പ്രവാസി ആയി
മാറിയിരുന്നു.... അന്ന് മുതൽ രണ്ട് മാസങ്ങൾ
മുന്നെ വരെ ഒരു കാര്യത്തിനും നിങ്ങളുടെ ഉമ്മ
ഒരു ബുദ്ധിമുട്ടും അനുഭവിച്ചിട്ടില്ല എന്തിനും
ഏതിനും അച്ചൻ ഉണ്ടായിരുന്നു താങ്ങും
തണലുമായി,

അമ്മക്കും വേണ്ട കാര്യങ്ങൾ പഠിക്കാനും
ചെയ്യാനും ഒരു അവസരം കൊടുക്കുക.

നിങ്ങൾ നാട്ടിൽ പോകുന്നത് നമ്മൾ ഒന്നിച്ച്
തീരുമാനിച്ചപ്പോൾ ഞാൻ നിങ്ങൾക്ക് തന്ന....
നിങ്ങൾ എന്നിൽ നിന്നും വാങ്ങിയ ഒരു വാക്ക്
അച്ചന് പാലിക്കാൻ പറ്റിയില്ല ... എല്ലാ മാസവും

എന്റെ മക്കളെ കാണാൻ ഞാൻ വരാം എന്ന് പറഞ്ഞിരുന്നു.

ആദ്യത്തെ രണ്ട് മാസം അച്ചാ വന്നില്ലെ ?

രണ്ടാമത്തെ വരവിൽ അചൻറെ ഡ്രെസ്സ് പായ്ക്ക് ചെയ്തത് കണ്ട് ചിപ്പി പൊട്ടി കരഞ്ഞത് ഓർത്താൽ, ഒരാഴ്ച ചിപ്പി അച്ചനെ

കാണാൻ വേണ്ടി കരഞ്ഞത് ഓർത്താൽ അച്ചന് എല്ലാ മാസവും വരാൻ തോന്നുന്നില്ല മക്കളെ, എന്റെ കുട്ടികൾ ചിരിക്കുന്നത് കാണാനാണ് ഞാൻ ഇഷ്ട പെടുന്നത്, എന്റെ മോൾക്കറിയുമൊ നിന്റെ ടിസി മേടിച്ച് വരുമ്പോൾ അച്ചൻറെ കണ്ണ് നിറഞ്ഞത് കൊണ്ട് ഡ്രൈവ് ചെയ്യാൻ പററാതെ വണ്ടി കുറച്ച് നേരം നിർത്തിടേണ്ടി വന്നു നിന്റെ അച്ചന്.

എന്റെ മക്കൾ വലുതായാൽ ഒരു സംശയവും ഇല്ലാതെ പറയും " ഈ മരുഭൂമിയിൽ നാലു ചുമരുകൾക്കുള്ളിൽ നഷ്ടപെപ്പട്ട് പോകുമായിരുന്ന ഞങ്ങളുടെ കുട്ടികാലം സ്വന്തം സുഖം നോക്കാതെ തിരിച്ച്തന്ന ആളാണ് ഞങ്ങളുടെ അച്ചൻ എന്ന് " അതിന്ന് പകരമായി സ്നേഹം മാത്രം മതി തിരിച്ച്നിങ്ങടെ അച്ചന് നിങ്ങളിൽ നിന്ന്.

(രാജ്മോഹൻ)

12

അനാഥ

വിളക്കിലെ തീനാളം വിറച്ചു തുള്ളുകയാണ്.
കുടിലിനു പുറത്ത് ചാറ്റൽ മഴ പേമാരിയായി
മാറികഴിഞ്ഞിരിക്കുന്നു . വിളക്കിലെ തീനാളം
അണഞ്ഞു പോകാതിരിക്കാൻ ഒരു കൈകൊണ്ട്

മറച്ചുപിടിച്ച് മുന്നിലുള്ള പാഠപുസ്തകത്തിൽ മുഴുകിയിരിക്ക മുഴുകിയിരിക്കുകയാണ് ലക്ഷ്മി.

മഞ്ഞവെളിച്ചത്തിൽ നിഴലും വെളിച്ചവും കലർന്ന അവളുടെ ആ രൂപം അതിമനോഹരമായിരിക്കുന്നു ചുരിദാർ ധരിച്ച് തറയിലിരിക്കുന്ന അവളിപ്പോൾ തിളങ്ങുന്ന ഒരു മെഴുക് പ്രതിമയാണെന്ന് തോന്നും.

പെട്ടന്നാണ് അകത്ത് നിന്നുള്ള അമ്മയുടെ ചോദ്യം അവളുടെ എകാഗ്രതയെ മുറിച്ചു നീക്കിയത്.

"'മോളേ... മനു എവിടെ?''

''അച്ചന്റെ അടുത്തുണ്ടമ്മേ...''

തുടർച്ചയായുള്ള മഴയും ഉറഞ്ഞുതുടങ്ങിയ തണുപ്പും പ്രകൃതി അതിന്റെ സർവ്വ സൗന്ദര്യവും അഴിച്ചുവച്ച് "ഭീകരഭാവം" കാട്ടിതുടങ്ങിയിരിക്കുന്നു.

പഠിച്ചുകൊണ്ടിരിക്കന്നതിനിടയിൽ ലക്ഷ്മി തലഉയർത്തി പുറത്ത് കസേരയിൽ ഇരിക്കുന്ന

അച്ഛനെയും അച്ഛന്റെ മടിയിൽ ഇരിക്കുന്ന അനുജനെയും ഒന്നു നോക്കി. വിദൂരതയിൽ എവിടെയോ നോക്കി എന്തോ ആലോചനയിൽ മുഴുകിനിൽക്കുന്ന അച്ഛനും മഴയെനോക്കി എന്തൊക്കെയോ പറഞ്ഞുകൊണ്ടിരക്കുന്ന അനുജനും ഉള്ളിൽ ഒരു നേർത്ത ചിരി വിടർത്തി അവൾ വീണ്ടും പുസ്തകത്തിലേക്കുതന്നെ മടങ്ങി.

ഉറക്കം കൺപോളകളെ തമ്മിൽ ചേർത്തുനിർത്താൻ തുടങ്ങി പാഠപുസ്തകം മാറ്റിവെച്ച് മൂരി നിവർന്ന് ദീർഘമായി ഒരു കോട്ടുവായിട്ട് അവളടുക്കളയിലേക്ക് നോക്കി.

''അമ്മേ... അവിടെ എന്തു ചെയ്യുകയ....? എനിക്കു വിശക്കുന്നൂ...

''ആ അവിടെ നിൽക്കു ഞാനിപ്പൊ വരാം''.

അകത്തു നിന്നും പാത്രത്തിന്റെ കിലുക്കത്തോടെപ്പം അമ്മയുടെ മറുപടിയും പുറത്തുകോട്ടു.

പുറത്ത് മഴ കലപിലകൂട്ടി ബഹളം വെക്കുകയാണെങ്കിൽ അകത്ത് ചോർച്ച

തടയാൻ വെച്ച പാത്രത്തിൽ വിഴുന്ന മഴത്തുള്ളികൾ വല്ലാത്ത ഒരു സംഗീതം തീർക്കുകയാണ് എന്നാൽ സംഗീതത്തിന്റെ പൊലിമ കൂട്ടാൻ എന്നവിധം വീണ്ടും വീണ്ടും പാത്രംങ്ങൾ നിരത്തികൊണ്ട് ഓടി നടക്കുകയാണ് അവളുടെ അമ്മ.

''മോളേ... അച്ചനെയും മനുവിനേയും വിളിക്കു... ഭക്ഷണം കഴിക്കാറായീലോ...''

അല്പ സമയത്തെ നിശബ്ദതയ്ക്കു ശേഷം അമ്മയുടെ ശബ്ദം ഉയർന്നു കേട്ടു.

''അച്ചരാ ദേ അമ്മ വിളിക്കുന്നു ''എന്ന് പറഞ്ഞു കൊണ്ട് അവൾ അച്ചരനടുത്തേക്കോടി അനുസരണയുള്ള കുട്ടിയെ പോലെ നിന്ന അവളെ ചേർത്തു പിടിച്ച് അച്ചരൻ നെറുകയിൽ ഒരു മുത്തം നൽകി.

അച്ചന്റെ മടിയിൽ നിന്നും ഉറങ്ങി തുടങ്ങിയ അനുജനെ വാരിയെടുത്ത് അവൾ അകത്തേക്ക് നടന്നു . ഇതുവരെയും മഴകുറഞ്ഞില്ലെന്ന് മാത്രമല്ല കൂടുതൽ കനപ്പെട്ടിരിക്കുന്നു പൊതിർന്നു തൂങ്ങിയ കൂടിലിനെ തണുപ്പ് മുഴുവനും വിഴുങ്ങി കഴിഞ്ഞു

ഭക്ഷണത്തിനു ശേഷം മനുവിനെ അമ്മയുടെ കട്ടിലിൽ കിടത്തി ലക്ഷ്മി തറയിൽ പായ വിരിച്ച് അതിൽ കിടന്നു

തറയിലെ തണുപ്പ് കീറപ്പയയിലൂടെ അവളിലേക്ക് അരിച്ചു കയറി.

പ്രകൃതിയുടെ കരച്ചിൽ ആണെന്ന് തോന്നും പുറത്തു മഴ പെയ്യുന്നത് കോട്ടാൽ . ഇരുട്ടിനെ കീറി മുറിച്ച് കണ്ണീർ ചാലുകൾ താഴെക്ക് വരുന്നത് കാണ്ടപ്പോൾ ലക്ഷ്മിയുടെ മനസ്സിൽ വല്ലാത്ത ഒരു ഭയം പൊങ്ങിവന്നു.

ആ ഇരുട്ട് കണ്ണിൽ കൂടി കടന്ന് തന്നെ മുഴുവനായും വിഴുങ്ങുകയാണിപ്പോഴെന്ന് അവൾക്ക് തോന്നി.

ശരീരം മുഴുവൻ നുറുങ്ങുന്ന വേദന ഓർമ്മ ദിവസങ്ങളോളം എവിടെയോ തടഞ്ഞു കിടക്കുന്നു താനിപ്പാൾ... എവിടെയാണെന്നോ എന്താണെന്നോ അറിയാത്ത അവസ്ഥയിൽ ആയിരിക്കുന്നു ലക്ഷ്മി.ദിവസങ്ങൾ കടന്നുപോയി ....ഓർമ്മ തിരിച്ചുകിട്ടിയ ഒരു ദിവസം കുറച്ചാളുകൾ അവളെ കാണാൻ വന്നു.

''എന്താ ലക്ഷ്മി ഇപ്പൊ കുഴപ്പമൊന്നുമില്ലല്ലൊ ? ''

കൂട്ടത്തിലുണ്ടായിരുന്ന ഡോക്ടർ അവളോട് ചോദിച്ചു പക്ഷെ പിന്നീട് ഡോക്ടർ പറഞ്ഞ വാക്കുകൾ അവളുടെ മനസ്സിൽ തീകോരിയിടുകയാണുണ്ടത് കൂടെ വന്നവർ അവളെ കൊണ്ടു പോകാൻ വന്നവരാണത്രെ ദിവസങ്ങൾക്ക് മുന്നേ ഉണ്ടായ ഒരു ഉരുൾ പൊട്ടലിൽ ഇടുക്കിയിലെ അവളുടെ വീടും ആ പ്രദേശവും വെള്ളത്തിനടിയിലായി പലരും മരണമടഞ്ഞു ഒരുപാടുപേർക്കു പരിക്കുപറ്റി പലരെയും ഒഴുക്കിൽ പെട്ട്കാണാതായി.

ഉള്ളിൽനിന്നും പൊട്ടിവന്ന കടുത്ത വേദന ഒരലമുറയായി അവളിൽ നിന്നും പുറത്തേക്കു പൊട്ടിയൊഴുകി.

മനൂ....അമ്മേ...അച്ഛരാ...

അവളുടെ നിലവിളി ആ ആശുപത്രിയെ മുഴുവൻ ദുഃഖത്തിലായ്ത്തി. പരിക്കുപറ്റി വന്നവർ പലരും തിരിച്ചു പോയി തുടങ്ങി പക്ഷെ അവൾക്ക് പോകാൻ വീടും കുടുംബവും ഇല്ല എല്ലാം ഉരുൾപൊട്ടലിന്റെ കുത്തൊഴുക്കിൽ പെട്ടിരിക്കുന്നു അവശേഷിക്കുന്നത് അവൾമാത്രം.

ഇവർ അങ്ങ് ദൂരെ നഗരത്തിലുള്ള അനാഥമന്ദിരത്തിൽ നിന്നും വന്നിരിക്കുന്നതാണ് അനഥരായവരെ അങ്ങോട്ട് കൊണ്ടുപോകാൻ.

ഡോക്ടർ അങ്ങനെ പറഞ്ഞപ്പോൾ അവളുടെ ഓരോ രോമകൂപങ്ങളിലും തീക്കനൽ എരിഞ്ഞുപോയി.

"അനാഥ" അതെ താനിപ്പോൾ ഒരനാഥ തന്നെ!

അപ്പോൾ അപ്പോൾ മാത്രമാണ് ആ വാക്കിന്റെ മൂർച്ച അവളുടെ ഹൃദയത്തെ കീറിമുറിച്ചത്

കൂട്ടത്തിൽ ഉണ്ടായിരുന്ന ഒരു സ്ത്രീ അവളുടെ നെറുകയിൽ പതിയെ തലോടി

ലക്ഷ്മീ നീ ഒരിക്കലും ഒരു അനാഥയല്ല നിനക്കവിടെ ഒരുപാട് കൂട്ടുകാരും ചേച്ചിമാരും ഉണ്ട് ആ സ്ത്രീ അവളെ നോക്കി നനുത്ത ഒരു ചിരി സമ്മാനിച്ചുകൊണ്ട് പറഞ്ഞു

തീർച്ചയായും ഇവരിവിടെ നിന്നും നിന്നെ കൊണ്ടു പോകും ലക്ഷ്മിയുടെ മനസ്സ് അവളോട് മന്ത്രിച്ചു അവളുടെ കലങ്ങിയ മനസ്സിലൂടെ ഒരു നിമിഷം അവളുടെ അച്ഛനും അനുജനും അമ്മയും കടന്നു പോയി.

എനിക്ക് ഇനി ആരുമില്ലെ?

അച്ഛനും അമ്മയും അനുജനും ആരും ഉള്ളിൽ നിന്നും തികട്ടി വന്ന വേദനയാലെ അവൾ അടുത്തുനിൽക്കുന്ന ഡോക്ടറുടെ കൈയ്യിൽ കടന്നു പിടിച്ചു ചോദിച്ചു.

അല്പനേരത്തെ മൗനത്തിനു ശേഷം അവളുടെ കൈയ്യ് പതിയെ അമർത്തു പിടിച്ചതിന് ശേഷം ഡോക്ടർ തിരിഞ്ഞു നടന്നു.

അവർ അവളെ കൂട്ടികൊണ്ട് പോയത് അകലെയുള്ള ഒരു നഗരത്തിലേക്കാണ്. ''നഗരം" അവളതുവരെ കാണാത്ത ഒരിടം. പ്രകൃതിയുടെ ശാന്തതയും തണുപ്പും വറ്റിയ ഒരു മരുഭൂമിയായിട്ടാണ് അവൾക്കവിടം തോന്നിയത്. എങ്ങും കോലാഹലങ്ങൾ മാത്രം ആകശത്തോളം ഉയരത്തിൽ ഉയർന്നു നിൽക്കുന്ന കെട്ടിടങ്ങൾ.

എവിടെക്കൊക്കയോ തിരക്കിട്ട് ഓടിനടക്കുന്ന ആളുകൾ.

ദീർഘമായ യാത്രയ്ക്ക് ശേഷം അവരെത്തിയത് നഗരത്തിന്റെ വശ്യതയിൽ, കാലം പഴമയെ ഒളിപ്പിച്ചു നിർത്തിയത് പോലുള്ള പഴയ തകർന്നു നിലം പൊത്താറായ ഒരു ഇരുനില കെട്ടിടത്തിലേക്കാണ്.

"അനാഥ മന്ദിരം" ഒന്നിൽ കൂടുതൽ തവണ വായിച്ചാൽ മാത്രം മനസ്സിലാക്കാൻ പറ്റതക്ക വിധം അക്ഷരങ്ങൾ പതിച്ച പെയിന്റ് ഇളകി ദ്രവിച്ച കാമാനാകൃതിയിലുള്ള ഒരു കവാടം

അതിനകത്തായാണ് ഒരു പ്രേതാലയം എന്ന് തോന്നിപ്പിക്കും വിധം ഈ കെട്ടിടം.

അവരവളെ കൊണ്ടുപോയത് മുകളിലെത്തെ നിലയിലാണ് ഒരു ഇടനാഴി കടന്ന് ഗോവണി കയറി മുകളിലേക്ക് മുകളിലെത്തെ ഇരുട്ടുറഞ്ഞ ഇടനാഴിയിലൂടെ ഒരു സ്ത്രീ അവരുടെ അടുത്തേക്ക് നടന്നടുത്തു അടുത്തുവന്നപോൾ അവരുടെ ആ രൂപം സീതയിൽ വല്ലാത്ത ഒരു ഭയം ഉളവാക്കി കറുത്ത് തടിച്ച് ശരീരം മുഴുവൻ ചെറുതും വലുതുമായ കുരുക്കൾ തൂങ്ങി കിടക്കുന്ന ഒരു സത്വം മുറുക്കാൻ ചവച്ച് ചുവപ്പിച്ച മലർന്ന വലിയ ചുണ്ടുകൾ മഞ്ഞ കലർന്ന ഉരുണ്ട കണ്ണുകൾ ആകപ്പാടെ സീതയെ വല്ലാത്തൊരു അസ്വസ്ഥത പിടിമുറുക്കി ആ സ്ത്രീ പുച്ഛര ഭാവത്തിൽ അവളെ മൊത്തത്തിൽ ഒന്ന് നോക്കിയതിനു ശേഷം മുഴക്കമുള്ള ഒരു കടുത്ത ശബ്ദത്തിൽ ചോദിച്ചു

''എന്താ നിന്റെ പേര് ?''

സീത ഇതുവരെ ഒരു സ്ത്രീയിലും കേൾക്കാതിരുന്ന ആ ശബ്ദത്തിന്റെ കാഠിന്യം നിറഞ്ഞ വൈരൂപ്യം അവളെ വല്ലാതെ ഭയപ്പെടുത്തി തൊണ്ടയിൽ കുരുങ്ങിപ്പോയ അവളുടെ ശബ്ദത്തെ പുറത്തെടുക്കാൻ

വല്ലാതെ പാടുപെട്ടുകൊണ്ട് അവൾ ഒരുവിധം വിക്കി വിക്കി പറഞ്ഞൊപ്പിച്ചു.

ലക്ഷ്മി.....

ആ സത്വം അവളുടെ മൃതുലമായ കൈയ്യിൽ കടന്നു പിടിച്ച് തിരിഞ്ഞു നടക്കാൻ തുനിഞ്ഞു പരുപരുത്ത അവരുടെ കൈ മുറുകിയപ്പോൾ ഏറ്റ വേദനയിൽ അവൾ പുളഞ്ഞുനിന്നുപോയി ആ സ്ത്രീ കൂടെവരാൻ ആജ്ഞാപിക്കുന്നവിധം അവളെയൊന്ന് നോക്കിയതിനുശേഷം കൈയ്യിൽ പിടിച്ചു വലിച്ചു മുന്നോട്ട് നടന്നു നടത്തത്തിടയിൽ സീത തന്റെ കൂടെ വന്നിരുന്നവരെ പിറകിലേക്ക് തിരിഞ്ഞു നോക്കി അപ്പോയേക്കും അവർ കോണിയിറങ്ങി കഴിഞ്ഞിരുന്നു.

അ സ്ത്രീ അവളെ കൊണ്ടുനിർത്തിയത് നമ്പർ 18 എന്നെഴുതിയ ഒരു വാതിലിനു മുന്നിലാണ് അവരവളുടെ കൈയ്യിൽ പിടിച്ചുകൊണ്ട് തന്നെ വാതിലിൽ മൂന്ന് നാല് തട്ട് തട്ടി

അല്പ സമയത്തിനുശേഷം വതിൽ തുറന്ന് തലവഴി ശരീരം മുഴുവൻ വെള്ളപുതച്ച ഒരു സ്ത്രീ മുന്നിൽ വന്നു.

ഇവളെ ഏതു മുറിയിലേക്കാണ് അയക്കേണ്ടത് എവിടെയും ഒഴിവില്ല പിന്നെയുള്ളത് ഇരുപതാം നമ്പർ മുറിയാണ് അതവളുടെ മുറിയും ആ സത്വം അവരെനോക്കി അല്പമൊരു വിനയത്തോടെ പറഞ്ഞു.

വേണ്ട തൽക്കാലം ഇവളിവിടെ എന്റെ മുറിയിൽ നില്ക്കട്ടെ ലക്ഷ്മിയെ നോക്കി സ്നേഹത്തോടെയൊന്നു
പുഞ്ചിരിച്ചതിനുശേഷം അവർ പറഞ്ഞു.

അകത്തു കടന്ന ലക്ഷ്മി കണ്ടത് നല്ല അടുക്കും ചിട്ടയോടും കൂടെ സൂക്ഷിച്ചിട്ടുള്ള വൃത്തിയുള്ള ഒരു മുറി മാത്രമല്ല അവിടമാകെ വല്ലാത്ത ഒരു മനംമയക്കുന്ന മണവും ആ സ്ത്രീ ശരീരത്തിലണിഞ്ഞിരിക്കുന്ന വെള്ളവസ്ത്രം മാറ്റിയയപ്പോഴാണവൾ ശരിക്കും ആശ്ചര്യപെട്ടുപോയത്. അതിസുന്ദരിയായ ഒരു യുവതിയാണിപ്പോൾ അവളുടെ മുന്നിൽ നിൽക്കുന്നത്. മഞ്ഞകലർന്ന വെളുത്ത മുഖം വരഞ്ഞെടുത്തത് പോലുള്ള പുരികങ്ങൾ പളുങ്കുമണിപോലുള്ള കണ്ണുകൾ തുടുത്ത കവിളിൽ ഇടയ്ക്കിടെ മിന്നിമറയുന്ന നുണക്കുഴി കറുപ്പിനിടെ അവിടവിടെ ചെമ്പൻ മുടിയിഴകൾ പാറിക്കളിക്കുന്ന നീണ്ട മുടി നല്ല നീളവും അതിനൊത്ത വണ്ണവും ഉയർന്നു

നിൽക്കുന്ന മാറിടത്തിനനുസരിച്ച് പുറത്തേക്ക് തള്ളി നിൽക്കുന്ന അരക്കെട്ടും.

ഞാൻ സാറ എല്ലാരും സാറാമ്മ എന്ന് വിളിക്കും.

"മോളെപ്പറ്റി അവർ പറഞ്ഞിരുന്നു".

അതുപറഞ്ഞപ്പോൾ അവരുടെ പളുങ്കുമണിപോലുള്ള കണ്ണുകളിൽ ഒരുതരത്തിലുള്ള വിഷാദം മിന്നി മറയുന്നത് ലക്ഷ്മി കണ്ടു.

ഇത് മോള് കരുതുന്നത് പോലെ ഇപ്പൊ ഒരനാഥാലയം അല്ല വെറുമൊരു വാടകക്കെട്ടിടം മാത്രം ഇവിടെ താമസിക്കുന്നവരാരും അനാഥരുമല്ല. പലരും പഠിക്കാനും ജോലിക്കും വേണ്ടി ഈ നഗരത്തിൽ എത്തിയവർ അവരിവിടെ വാടകയ്ക്കു താമസിക്കുന്നു എന്ന് മാത്രം ആ വെളുത്ത വസ്ത്രം അടുത്തുള്ള അയയിൽ തൂക്കിയതിനു ശേഷം അവൾ ലക്ഷ്മിയുടെ അടുത്തേക്കു വന്നു.

"മുംപ് ഇതൊരു അനാഥാലയമായിരുന്നു, പക്ഷെ ഇപ്പോഴത് കുറച്ചകലെയുള്ള പുതിയ കെട്ടിടത്തിലേക്ക് മാറ്റി. എന്നാൽ അവിടെയും

ഇപ്പൊ സ്ഥലമില്ല അതാണ് മോളെ ഇങ്ങോട്ട് കൊണ്ടുവന്നത്". അവളെപിടിച്ച് അടുത്തുള്ള കട്ടിലിൽ ഇരുത്തിക്കൊണ്ട് അവർ പറഞ്ഞു പൊട്ടെന്ന് എന്തോ ഓർത്തെടുത്തതുപോലെ അവൾ വീണ്ടും തുടർന്നു. ആ പിന്നെ ഒരാളും കൂടെ ഇവിടെയുണ്ട് ഒരു മരിയ.

''അവളേതു മുറിയിലാ ചേച്ചി ?..''.

തന്റെ അവസ്ഥയിൽ ഒരാൾ കൂടി ഇവിടെ ഉണ്ടെന്നറിഞ്ഞ ആവേശത്തിൽ ഉള്ളിലൊതുക്കാൻ ശ്രമിച്ച ചോദ്യം അവളറിയതെ തന്നെ പുറത്തേക്ക് വന്നുപോയി.

സാറ അവളിലെ ജിജ്ഞാസയെ മനസ്സിലാക്കിയവിധം പുഞ്ചിരിച്ചു കൊണ്ടു പറഞ്ഞു. ഇരുപതാം നമ്പർ മുറിയാ...പക്ഷെ ഒരു കാരണവശാലും അവളുമായി കൂട്ടുകൂടാൻ പോകാൻ പാടില്ല. ലക്ഷ്മിയെനോക്കി സാറ ഒരു താക്കീത് പോലെ പറഞ്ഞു.

''അതെന്താ ചേച്ചി ?'സാറയുടെ മുഖത്തേക്ക് കൗതുകത്തോടെ നോക്കികൊണ്ട് ലക്ഷ്മി ചോദിച്ചു . ഏതോ ആലോചനയിൽ മഴുകിയത് പോലെ.

അല്പ നേരത്തെ മൗനത്തിനു ശേഷം സാറ
പറഞ്ഞു.

"അവളിലുള്ള ആ സ്വഭാവ വൈകൃതം
അതുകൊണ്ടാണവളെ പുതിയ കെട്ടിടത്തിൽ
നിന്നും മാറ്റി ഇവിടെ ഒറ്റയ്ക്ക്
താമസിപ്പിച്ചിരിക്കുന്നത്".

''എനിക്കൊന്നും മനസ്സിലായില്ല ചേച്ചി''

''ശക്തി.... നിന്നോടതെങ്ങിനെ പറയും നീ ഒരു
കൊച്ചു കുട്ടിയല്ലെ''

''അതു സാരമില്ല ചേച്ചി ചേച്ചി പറ''

അവളിലെ ജിജ്ഞാസ അറിഞ്ഞു കൊണ്ടു സാറ
പറഞ്ഞു പുരുഷൻമ്മാരോടവൾക്ക് അങ്ങേയറ്റം
വെറുപ്പാണ്. ആരെയും വശീകരിക്കും വിധമുള്ള
അവളുടെ സൗന്ദര്യം അവൾക്ക് പുരുഷന്മാരെ
കെണിയിൽ വീഴ്ത്താനുള്ള ഒരായുധം
മാത്രമാണ്. സ്നേഹം നടിച്ചു
വശത്താക്കുന്നവരെ പിന്നീടവൾ നിഷ്കരുണം
തള്ളി കളയും. ഇങ്ങനെയുള്ള പലരും പിന്നീട്
ഭ്രാന്തിലോ മരണത്തിലോ ചെന്നെത്തും. സാറ

പറഞ്ഞുവരുന്നത് എന്താണെന്നറിയാതെ അവളുടെ മുഖത്തേക്കു തന്നെ ലക്ഷ്മി നോക്കിയിരുന്നു.

"വരു.... ലക്ഷ്മിക്ക് ഇവിടെയുള്ളവരെയൊക്കെ പരിചയപെടേണ്ടെ".

''ങും.... വേണം'' അതു പറയുമ്പോഴും അവളുടെ മനസ്സിൽ മരിയയായിരുന്നു.

നമുക്ക് ആദ്യം അടുക്കളയിലേക്ക് പോകാം... അവിടെ ലാസറും ലാലിയുമുണ്ട്. മോളെ നേരത്തെ എന്റടുത്തേക്ക് കൊണ്ടുവന്നില്ലെ അതാണ് ലാലി . അവരെരു പാവം സ്ത്രീയാണ്. ആ നിമിഷം ലക്ഷ്മിയുടെ മുഖത്ത് മിന്നി മറഞ്ഞ ഭയം കണ്ട് സാറപറഞ്ഞു. ഈ സമയം അടുക്കളയിൽ ലാസറും ലാലിയും അത്താഴമൊരുക്കുന്നതിനുള്ള തിരക്കിലായിരുന്നു

'ലാസറേ'....ഇതാണ് ലക്ഷ്മി. ഇനി ഇവളും കാണും കുറച്ചു കാലം ഇവിടെ". സാറ ലക്ഷ്മിയെ ചേർത്ത് നിർത്തികൊണ്ട് പറഞ്ഞു. സാറ പറഞ്ഞതിന്റെ അർത്ഥം മനസ്സിലാക്കിയ വിധം അയാൾ തലകുലുക്കി

''എവിടെയാ കുഞ്ഞിന്റെ നാട്?''

"ഇടുക്കിയാ ലാസറേ". മിണ്ടാൻ കഴിയാതെ പകച്ചു നിൽക്കുന്ന ലക്ഷ്മിയെ നോക്കി സാറ പറഞ്ഞു.

കള്ളിമുണ്ടും വെളുത്ത ബനിയാനും ഇട്ട് വിയർത്തു നിൽക്കുന്ന ലാസറെ കണ്ടപ്പോൾ അച്ഛനെയാണ് ലക്ഷ്മിക്ക് ഓർമ്മ വന്നത്. എന്നാ അച്ഛനെക്കാളും ഇയാൾക്കൊരല്പം പ്രായക്കുടുതലുണ്ട്. അച്ഛനെയോർത്ത് അവളുടെ മനസ്സിൽ ഒരു നീറ്റൽ മുളപൊട്ടുമ്പോഴാണ് ലാസർ അവളുടെ അടുത്തേക്ക് വന്ന് അവളെ ചേർത്ത് പിടിച്ചത്.

ഇവളെ കാണുമ്പോൾ എന്റെ കൊച്ചുമോളെപ്പോലെ തന്നെയുണ്ട്. അയാൾ സാറയെനോക്കി പറഞ്ഞു അയാളുടെ ദേഹത്തു നിന്നും അപ്പോൾ വന്ന വിയർപ്പ് കലർന്ന മഞ്ഞളിന്റെ മണം ലക്ഷ്മിയിൽ ചെറിയൊരു ഓക്കാനം വരുത്തി.

പുറത്ത് ശക്തമായ ഇടിയും മഴയും തുടങ്ങിയിരിക്കുന്നു അവളവിടെ വന്നതിനു ശേഷം ആദ്യമായാണ് മഴ പെയ്യുന്നത്. മഴയെ

ഇന്നവൾക്ക് പേടി മാത്രമല്ല വെറുപ്പും കൂടിയാണ്. പ്രത്യേകിച്ചും സാറ വീട്ടിൽ പോയതിനാൽ തനിച്ചായിപോയ ദിവസം. കുറ്റിയിളകിയ ജനാലകൾ കാറ്റിൽ ഇടയ്ക്കിടെ ശബ്ദമുണ്ടാക്കുമ്പോൾ അവൾ തന്റെ ഭയത്തെ പുതപ്പിനുള്ളിൽ മറച്ചുപിടിച്ച് ശ്വാസം പോലും പുറത്തുവിടാൻ ഭയന്നിരിക്കുമ്പോഴാണ് വാതിലിനുപുറത്ത് ശക്തമായി ആരോ തട്ടുന്നത് കേട്ടത്. എന്നാൽ അവളിലെ ഭയം അളുടെ ശരീരത്തെ മുഴുവനായും തളർത്തികളഞ്ഞു. വീണ്ടും വീണ്ടും ശക്തമായി തുടർന്നു കൊണ്ടിരിക്കുന്ന മുട്ടലിന്റെ ശബ്ദം അവളിൽ കുരുങ്ങിപ്പോയ അവളുടെ ശബ്ദത്തെ പുറത്തേക്ക് വലിച്ചിട്ടു.

"അ അ ആരാ.....?"

ഇത്രയും ചോദിച്ചപ്പോഴേക്കും ആ ശക്തമായ മഴയുടെ വിറകൊള്ളിക്കുന്ന തണുപ്പിലും അവൾ വിയർത്തു പോയിരുന്നു.

"വാതിൽ തുറക്കു....ഞാൻ മരിയയാണ് സാറാ....വാതിലൊന്നു തുറക്കൂ...വേഗം വേഗം"

അയ്യോ അതവളാണ് സാറ ചേച്ചി പറഞ്ഞ മരിയ. ഭയം കൊണ്ട് ലക്ഷ്മി

യുടെ കണ്ണിൽ ഇരുട്ടുകയറി...

''സാറ...പ്ലീസ് ഒന്നു വാതിൽ തുറക്കൂ... ''ദയനീയമായ മരിയയുടെ സ്വരം ഇപ്പോഴും പുറത്ത് കേൾക്കാം.

ഭയം ഉള്ളിലൊതുക്കാൻ നന്നേ പാടുപെട്ടുകൊണ്ട് ലക്ഷ്മി വാതിലിനടുത്തേക്കു ചെന്നു.

'സാറ ചേച്ചി ഇവിടെ ഇല്ലാ...''

അവൾ വിറയ്ക്കുന്ന നാവുകൊണ്ട് എങ്ങിനെയോ പറഞ്ഞൊപ്പിച്ചു.

''ആരായാലും വാതിൽ തുറക്കൂ പ്ലീസ്''

പുറത്തു നിന്നുംവന്ന ആ വാക്കുകൾ ഒരു തേങ്ങലാണെന്നാണപ്പോൾ ലക്ഷ്മിക്ക് തോന്നിയത്

കുറച്ചു നേരത്തെ നിശബ്ദമായ ആലോചനയ്ക്ക് ശേഷം എന്തും വരട്ടെ എന്നുറപ്പിച്ചുകൊണ്ട് അവൾ വാതിൽ തുറന്നു.

പക്ഷെ ലക്ഷ്മിയെ ഞെട്ടിക്കും വിധത്തിലായിരുന്നു മരിയയുടെ പെരുമാറ്റം. ലക്ഷ്മിയെ തട്ടിമാറ്റി അകത്തുകടന്ന അവൾ കട്ടിലിൽ കയറിയിരുന്ന്, തേങ്ങി തേങ്ങി കരഞ്ഞുകൊണ്ടിരുന്നു. ഈ സമയത്ത് ശരിക്കും സ്ഥബ്ദയായി നോക്കിനിൽക്കാനെ ലക്ഷ്മിക്ക് കഴിഞ്ഞുള്ളു. മാത്രമല്ല അവളിൽ സാറയുടെ വാക്കുകൾ ഓരോന്നായി കടന്നു പോകുകയാണിപ്പോൾ.

''ഇവൾ തന്നെയാണോ അവൾ ?''

ഏയ് ഒരിക്കലുമല്ല ഇവൾക്കങ്ങിനെ ആകാൻ ഒരിക്കലും പറ്റില്ല ചേച്ചിക്ക് വല്ല തെറ്റും സംഭവിച്ചതാകാനെ വഴിയുള്ളു ലക്ഷ്മിയുടെ ചിന്തകളെ മുറിച്ചുകൊണ്ട് കണ്ണീർ തുടച്ചുമാറ്റി അവൾ ചോദിച്ചു.

''എന്താ നിന്റെ പേര്?''

''ലക്ഷ്മി''

''ഓ നീയാണോ ? അവൾ ''

പതിഞ്ഞ ശ്വാസത്തിൽ ലക്ഷ്മി അവളെതന്നെ നോക്കിയിരുന്നു.

''ഇവിടെ വാ''

അനങ്ങാൻ പറ്റാത്ത വിധം തറച്ചു നിൽക്കുന്ന ലക്ഷ്മിയെ നോക്കി അവൾ വീണ്ടും വിളിച്ചു

''ഇവിടെ വരൂ....''

പതിയെ അവളുടെ അടുത്തേക്കു നടന്നടുത്ത ലക്ഷ്മിയെ അല്പനേരം നോക്കിയിരുന്നതിനു ശേഷം അവൾ ചോദിച്ചു

''നി വരുമോ എന്റെ കൂടെ ?''

എനിക്കിന്ന് തനിച്ച് കിടക്കാൻ പറ്റില്ല എന്നിട്ട്
എന്തോ ആലോചനയിൽ എന്നവിധം അവൾ
തനിയെ പറഞ്ഞു

"ഇന്നാണാ നശിച്ച ദിവസം. ഈ മുറിയിൽ
എനിക്ക് ഉറങ്ങാൻ സാധിക്കില്ല ഇ വെടിപ്പും
വൃത്തിയും   എന്നെ   വല്ലാതെ
അസ്വസ്ഥമാക്കുന്നു".

അവൾ   ലക്ഷ്മിയുടെ   കൈയ്യിൽ   പിടിച്ചു
വലിച്ചുകൊണ്ട് പറഞ്ഞു.

"വരു... നമുക്ക് എന്റെ മുറിയിൽ പോകാം".
ഏതോ   മായികവലയത്തിൽ
അകപ്പെട്ടെന്നപോലെ   ലക്ഷ്മി   അവളുടെ
പിന്നാലെ നടന്നു.

മരിയയുടെ മുറിലെത്തിയ ലക്ഷ്മി ശരിക്കും ഞെട്ടി . മുഷിഞ്ഞ വസ്ത്രങ്ങൾ അവിടവിടെ വലിച്ചറിഞ്ഞിരിക്കുന്നു. മുറിയുടെ ഒരു മൂലയിൽ ചെറിയ ഒരു കട്ടിൽ അതിനു മുകളിൽ കെട്ടി ഞാത്തിയ അയയിൽ നിറയെ വസ്ത്രങ്ങൾ വാരിനിറച്ചിരിക്കുന്നു. മാത്രമല്ല ആ മുറിയിൽ വല്ലാത്ത ഒരു മുഷിഞ്ഞ നാറ്റം നിറഞ്ഞു നിൽക്കുന്നുമുണ്ട്.

നീ ആ കട്ടിലിൽ കിടന്നോളു. ഞാനിവിടെ തറയിൽ കിടക്കാം. ഈ കാഴ്ചകളിൽ മുഴുകി നിന്ന ലക്ഷ്മിയെ നോക്കി അവൾ പറഞ്ഞു. കട്ടിലിൽ ചെന്നിരുന്നപ്പോ

ഴാണവളാണ് അവളാകാഴ്ച്ച കണ്ടത് ഒരു സ്ത്രീയുടെ മുകളിൽ കിടന്ന് വാവിട്ടു നിലവിളിക്കുന്ന ഒരു പൊൺകുട്ടിയുടെ ചിത്രം ചുമരിൽ പതിച്ചിരിക്കുന്നു.

അതെന്താണ് ചേച്ചി ആ ചിത്രം? അവളിലെ ജിജ്ഞാസ ഉള്ളിലൊതുങ്ങാതവിധം പുറത്തേക്കൊരു ചോദ്യമായി തെറിച്ചു വീണുപോയി. കുറച്ചുനേരം ലക്ഷ്മിയിലേക്കുള്ള തറഞ്ഞ നോട്ടത്തിനു ശേഷം മായ പറഞ്ഞു.

''അതോ അത് ഞാനും എന്റെ അമ്മയും''

അത് പറയുമ്പോൾ അവളിലെ സൗന്ദര്യം മാഞ്ഞു മാഞ്ഞു ക്രൂരതയുള്ള ഒരു വൈരൂപ്യം പടർന്നു കൊണ്ടിരിക്കുന്നത് ലക്ഷ്മി കണ്ടു.

കുറേ ദുഷ്ട മൃഗങ്ങൾ വലിച്ചു കീറിയ എന്റെ അമ്മയുടെ ഓർമ്മ . അതുമാത്രമെ ഇപ്പോളെന്റ പക്കലുള്ളു.

ലക്ഷ്മിക്ക് അവളോട് വല്ലാത്ത ഒരു അനുകമ്പയും സ്നേഹവും തോന്നി. കാരണം തന്റെ അനാഥത്വത്തെക്കാൾ എത്രയോ ഭീകരമാണ് ഈ ഒറ്റപ്പെടൽ അവളിലുണ്ടാക്കിയ വിഹ്വലത? പ്രകൃതിയെന്നെ നിർദ്ദയം ഒരുറക്കത്തിൽ അനാഥയാക്കി. എന്നാൽ പീഡനപർവ്വങ്ങളിലൂടെ തച്ചുടയ്ക്കപ്പെട്ട് നീറിജിവിക്കുന്ന മരിയയെപ്പോലുള്ള എണ്ണമറ്റ അനാഥർ. ചിന്തകളിൽ നിന്നും മെല്ലെ അവൾ ഉറക്കത്തിലേക്ക് വഴുതി വീണു.

പൊടുന്നനെ ഇരുട്ടിനു കൈകൾ മുളച്ചതുപോലെ. ആ തണുത്ത കൈകൾ ചൂട് തേടി അവളിലുടെ ഒഴുകി നടക്കുമ്പോളാണ് ലക്ഷ്മി ഞെട്ടിയുണർന്നത്. ആ ഇരുട്ടിൽ ചെന്നായയുടെ മുന്നിലകപ്പെട്ട

കാട്ടുകോഴിയുടെ തുവലുരിയുന്നതു പോലെ നിമിഷങ്ങൾക്കകം തന്നെ അയാൾ കീഴ്പ്പെടുത്തുകയാണെന്ന് അവളറിഞ്ഞു.

പിടഞ്ഞെഴുന്നേൽക്കാൻ സമയം ലഭിക്കും മുമ്പേ വിയർപ്പുകലർന്ന മഞ്ഞളിന്റെ മണം അവളെ പൊതിഞ്ഞിരുന്നു. അയാളിലെ ഉഛ്വാസവായു അവളുടെ മുഖത്തുനിന്നും കനം വെക്കുന്നതിനനുസരിച്ച് അവൾ ഇരുട്ടിലേക്ക് വലിച്ചടുത്തുകൊണ്ടിരുന്നു ആ ഇരുട്ടിൽ നിന്നും പരിചയമുള്ള ആരുടെയൊക്കെയോ കരച്ചിൽ ഉയർന്നുകേട്ടു. അകലെ നിന്നുള്ള ആ കരച്ചിൽ ഒഴുകി ഒഴുകി അടുത്തുവന്ന് തന്നെയും വലിച്ചു കൊണ്ട് ദൂരെയെങ്ങോ ഒഴുകി നീങ്ങുന്നതായി അവളറിഞ്ഞു. ഇരുട്ടിൽ അവൾ കണ്ടു. മരിയയുടെ അമ്മയുടെ ശരീരത്തിനുമുകളിലിരിക്കുന്ന രണ്ടു രൂപങ്ങൾ. മരിയയും പിന്നെ അവളും.

(രാജ്മോഹൻ)

13

സമുദ്രം സാക്ഷി

ഗോപാലൻ ചേട്ടാ എന്താ ഒന്നും മിണ്ടാതെ ഇരിക്കുന്നെ. മോനെ ഇതുവരെ കണ്ടില്ലല്ലോ. മരുന്ന് മേടിച്ചിട്ട് വരാം എന്ന് പറഞ്ഞിട്ട് പോയിട്ട് ദിവസം രണ്ടായി. അവനു എന്തെങ്കിലും സംഭവിച്ചു കാണുമോ?

എനിക്ക് പേടി ആകുന്നു. നിങ്ങൾ ഒന്നു തിരക്കൂ."

ഗോപാലൻ ചേട്ടാ അവൻ മരുന്നു മേടിക്കാൻ പോയതല്ലെ ?

"അവൻ മരുന്നു മേടിക്കാൻ പോയതല്ല ജാനു."

പിന്നെ ?

സിസ്റ്റർ എന്നോട് പറഞ്ഞു നമുക്ക് ആശുപത്രിയിൽ കിടക്കേണ്ട അസുഖം ഒന്നും ഇല്ല പ്രായമായതിന്റെ അവശത ആണ് വീട്ടിൽ കൊണ്ടുപോകാം എന്നു ഡോക്ടർ പറഞ്ഞപ്പോൾ അവൻ വണ്ടി വിളിച്ചുകൊണ്ടു വരാം എന്നു പറഞ്ഞു പോയതാണ്.

അവൻ നമ്മളോട് പറഞ്ഞത് മരുന്നു മേടിച്ചിട്ട് വരാം എന്നല്ലെ.

അതെ അവൻ നുണ പറഞ്ഞതാ ജാനു.

നമ്മൾ ഇനി എന്താ ചെയ്യുക.

ഇവിടെത്തെ ഡോക്ടർ പല ശരണാലയങ്ങളിലും തിരക്കുന്നുണ്ട്. പക്ഷെ എങ്ങും ഒഴിവു ഇല്ല. എല്ലായിടവും വയസായവർ നിറഞ്ഞിരിക്കുക ആണ്.

ഇനി എന്ത് ചെയ്യും നമ്മൾ.... അതാ സിസ്റ്റർ വരുന്നുണ്ടല്ലോ.

ഗോപാലൻ ചേട്ടാ....ശരണാലയത്തിൽ ഒഴിവു വന്നിട്ടുണ്ട് .ആണോ... എന്നാൽ അങ്ങോട്ട് പോകാം ഞങ്ങൾ.

രണ്ടു ശരണാലയങ്ങളിലെയ്ക്കാണ് പോകേണ്ടത്. വണ്ടികൾ ഇപ്പോൾ വരും .. രണ്ടു പേരും വന്നോളൂ...

സിസ്റ്റർ പോകുന്നതും നോക്കി ഇരുന്നപ്പോൾ
രണ്ടു പേരുടെയും കണ്ണുകൾ നിറഞ്ഞിരുന്നു ....

"ഇനി എന്നാ നമ്മൾ കാണുക "

"എനിക്കറിയില്ല ജാനു . നമുക്ക് ആരും ഇല്ലാതെ
പോയല്ലോ."

"വരൂ പോകാം." ജാനുവമ്മയുടെ കൈ പിടിച്ചു
ഗോപാലൻ പുറത്തേയ്ക്ക് നടന്നു. വണ്ടിയിൽ
ഇരുത്തിയിട്ട്   ഗോപാലൻ   പുറത്തേയ്ക്ക്
ഇറങ്ങിയപ്പോൾ ജാനുവമ്മ ഗോപാലന്റെ കയ്യിൽ
മുറുകെ പിടിച്ചു.

വിഷമത്തോടെ ആണെങ്കിലും കൈ വിടുവിച്ചു
ഡോർ അടച്ചു വൃദ്ധ സദനത്തിലെ ഒരു വണ്ടി
ജാനുവമ്മയേയും കൊണ്ടു പോയപ്പോൾ സങ്കടം
സഹിക്ക വയ്യാതെ രണ്ടു കൈയ്യും കൊണ്ട് മുഖം
പൊത്തി അടുത്ത വണ്ടിയിൽ ഗോപാലൻ കയറി
ഇരുന്നു.

അകന്നു   പോകുന്ന   വണ്ടിയിൽ   നിന്നു
ജാനുവമ്മയുടെ   ദയനീയ   മുഖം
ഗ്ളാസിനിടയിൽ കൂടെ കാണാമായിരുന്നു.

ദ്രവിച്ചു തുടങ്ങാറായ പുതിയ ഇരുമ്പ് കൂട്ടിലെയ്ക്കു അവർ യാത്ര ആയി.

യാത്രയിലും ജാനുവമ്മ ആലോചിച്ചു... എവിടെയാണ് തങ്ങളുടെ കണക്കുകൂട്ടലുകള് തെറ്റിയത്...

ഏക മകനോട് വാത്സല്യം കൂടുതലായതുകൊണ്ട് അവനോടൊപ്പം താമസിക്കാമെന്ന തന്റെ വാശിക്ക് ഗോപാലേട്ടൻ മനസ്സില്ലാമനസ്സോടെ സമ്മതിക്കുകയായിരുന്നു.

വീട് വിറ്റ് പണം മകനെ ഏല്പിച്ചു.തീരെ വയ്യാതെ വന്ന ഒരു ദിവസം അവൻ എന്നെ ആശുപത്രിയിലാക്കി.... ഗോപാലേട്ടനെ എനിക്ക് കാവലാക്കി..... പിന്നീട് അവൻ അവൻറെ താവളമായ ബംഗുലുരുവിലേക്ക് ഒന്നും പറയാതെ

പോയിരിക്കാം...വയസ്സായ തങ്ങളെ അവന് വേണ്ടായിരുന്നു....എല്ലാത്തിനും,കാലവും സമുദ്രവും മാത്രം സാക്ഷിയാകുന്നു.

പഠനത്തിനായി ബംഗലുരുവിലേക്ക് പോയ പ്രകാശ് അവിടെത്തന്നെ ജോലിക്ക് ചേരുകയായിരുന്നു. അവനിഷ്ടപ്പെട്ട രേണുകയെന്ന കുട്ടിയെ കല്യാണം കഴിച്ചു കൊടുക്കുകയും ചെയ്തു. എവിടെയും തെറ്റുപറ്റിയതായി തോന്നിയിരുന്നില്ല.

ആലോചനക്ക് ഭംഗം വരുത്തിക്കൊണ്ട് കാർ ആ കെട്ടിടത്തിലെ പോർച്ചിലെത്തി നിന്നു.

(രാജ്മോഹൻ)

14

നിന്നോർമ്മയിലൊരു നിമിഷം

മനസ്സിലെ വേദന തീരുന്ന വരെ അന്ന് ഞാൻ കരഞ്ഞു. അന്ന് പെണ്ണുകാണലായിരുന്നു. വിളിച്ചാലിറങ്ങി വരുമായിരുന്നിട്ടും നീ അതിന് തയ്യാറായില്ല. ആദർശമായിരുന്നു നിന്നെ

തടഞ്ഞത്.

ആ കരച്ചിലിനൊടുവിൽ എനിക്കായി കാത്തിരുന്നത് ഞാനാഗ്രഹിക്കാത്ത ഒരു പുതിയ ജീവിതമായിരുന്നു. പക്ഷെ നിന്നെ മറക്കാൻ എനിക്ക് കഴിയുന്നില്ല. എങ്ങിനെ പൊരുത്തപ്പെടണമെന്ന് നിനക്ക് പറഞ്ഞു തരാമായിരുന്നില്ലേ?

കുറച്ചു വർഷങ്ങൾക്ക് മുൻപ് വരെ ആവേശം നിറഞ്ഞ ഒരു കോളേജ് ജീവിതമായിരുന്നു ഞാൻ എന്ന നിർമ്മലാ മേനോൻ നയിച്ചിരുന്നത്.എൻ്റെ ജീവിതം മാറിമറിഞ്ഞത് ചുവപ്പു കൊടിയുടെ അനുയായിയായി രാജീവ് എന്ന നീ ആ കാംപസിലെത്തിയ ശേഷമാണ്.

രാഷ്ട്രീയം എന്നിലേക്ക് വന്നു തുടങ്ങിയത് നീ കാംപസിലേക്ക് വന്നതിനു ശേഷമാണ്. നിൻ്റെ പ്രീയനിറമായ ചുവപ്പായിരുന്നു പിന്നീട് എൻ്റെ ഇഷ്ടനിറം.

കലാലയത്തിലെ എല്ലാവർക്കും പ്രീയപെട്ടവനായി മാറിയ ഒരാളോടു തോന്നിയ ഒരു ഇഷ്ടം. ആദ്യമെല്ലാം എന്തിനും ഏതിനും മുന്നിൽ നിൽക്കുന്ന ആളോട് മനസ്സിൽ ഒരു ആരാധനയായിരുന്നു. പീന്നിടെപ്പോഴോ ഞാൻ

ഇഷ്ട്ടപെട്ടു തുടങ്ങി നിന്നിലെ ചുവപ്പിനെ എല്ലാത്തിനുമുടുവിൽ ചുവപ്പിലൂടെ നിന്നെയും.

ആ കലാലയം മുഴുവൻ നീ ചുരുങ്ങിയ സമയം കൊണ്ട് ചുവപ്പണിയിപ്പിച്ചു നിന്നിലൂടെ ആയിരുന്നു പലരും രാഷ്ട്രീയം പഠിച്ചത്. ചുവപ്പ് നിനക്കൊരു വികാരം തന്നെയായിരുന്നു.

വീറോടെ മുദ്രാവാക്യം വിളിച്ചു പോകുന്ന ജാഥയുടെ മുൻപിൽ നീ നില്ക്കുന്നത് ഞാൻ പലപ്പോഴും നോക്കി നിന്നിട്ടുണ്ട്. കാലഘട്ടത്തിനൊത്ത പ്രസംഗ പരിജ്ഞാനം നിന്നെ അദ്ധ്യാപകരുടെപോലും കണ്ണിലുണ്ണിയാക്കി.

അയിടെ കോളേജിൽ വന്നാൽ ഞാൻ ആദ്യം തേടിയിരുന്നത് മിക്കപ്പോഴും നിന്നെ ആയിരുന്നു. ഞാൻ അറിയാതെ എൻ്റെ ജീവിതവും നിന്നോടൊപ്പം ചുറ്റി തുടങ്ങി. നിൻ്റെ വാക്കിലും നോക്കിലും കറങ്ങിയ ഞാൻ അറിഞ്ഞിരുന്നില്ല ആ അടുപ്പം എന്നിൽ പ്രണയമായി നിറയുകയായിരന്നെന്ന യാഥാർത്യം.

അന്ന് കോളേജിലെ വലിയ സമരകാര്യങ്ങളായിരുന്നു നീ എന്നോട്

സംസാരിച്ചിരുന്നത്. ഞാൻ കേൾക്കാൻ ആഗ്രഹിച്ചത് അല്ല നീ പറഞ്ഞതെങ്കിലും അതിലെ ഒരു ഭാഗം മാത്രം ഞാൻ നല്ലപോലെ കേട്ടു. ഈ സമരം നിറഞ്ഞ രാഷ്ട്രീയ സംഘനൊപ്പം ചേരാമോ എന്ന് നീ ചോദിച്ചപ്പോൾ ഞാൻ മനസ്സുകൊണ്ട് ആഗ്രഹിച്ചു അത് നിൻ്റെ ജീവിതത്തിലേക്ക് ആയിരുന്നെങ്കിൽ എന്ന്.

നിൻ്റെ കൈകളിൽ നിന്ന് മെംപർഷിപ്പ് വാങ്ങിയപ്പോൾ എൻ്റെ മനസ്സിലെങ്ങോ ഒരു പ്ര തീക്ഷയായ് നീയുമൊത്തുള്ള ചങ്ങാത്തം മുളപൊട്ടിയിരുന്നു.

പിന്നീട് അങ്ങോട്ട് എൻ്റെ ഓരോ പകലും നിനക്കൊപ്പം രാഷ്ട്രീയ ചുവടുവയ്പ്പായിരുന്നു.

അന്ന് വരെ വിലകൂടിയ വസ്ത്രം ധരിച്ചിരുന്ന

ഞാൻ ലളിതമായ ഡ്രെസ്സുകൾ തേടി പിടിച്ചു വാങ്ങി തുടങ്ങി. നിനക്ക് തരാനായി ഞാൻ വാങ്ങി കൂട്ടിയ സമ്മാനങ്ങൾ എല്ലാം ലളിതമായ ആയിരുന്നു.

എന്റെ നോട്ട് പുസ്തകത്തിൽ ഞാൻ മനസ്സിന്റെ മഷി പേനയാൽ നിന്റെ പേര് കുറിച്ചിട്ടു. പക്ഷെ എന്തു കൊണ്ടോ ഞാൻ ഭയപ്പെട്ടു എന്റെ ഇഷ്ടം നിന്നോട് പറയാൻ.

നീ എങ്ങനെ പ്രതികരിക്കും എന്ന വിചാരം എന്നെ പിന്തിരിപ്പിച്ചു. ഒരു വാക്കിനാൽ പോലും നിനക്ക് എന്നെ ഇഷ്ടമല്ല എന്ന് പറയുന്നത് കേൾക്കാൻ എനിക്ക് കഴിയുമായിരുന്നില്ല. ഞാൻ കാത്തിരുന്നു പിന്നെയും ഒരുപാട് നാൾ നിന്നോട് പറയാൻ.

നിനക്ക് എല്ലാരും ഒരുപോലെയാണ് എന്ന സത്യം മനസ്സിലാക്കാൻ ഞാൻ ഏറെ വൈകി. അങ്ങനെ വർഷങ്ങൾ പലത് കടന്ന് പോയി. എല്ലാ കലാലയ ജീവിതം പോലെയും വിട പറയലിന്റെ ആ ദിവസം എന്റെ ജീവിതത്തിലും വന്നെത്തി.

ഉള്ളിന്റെയുള്ളിൽ എവിടെയോ ഒരു വിങ്ങൽ എനിക്ക് അനുഭവപെട്ടു. ആരെയോ, വിലപ്പെട്ട എന്തൊക്കെയോ എന്നിൽ നിന്ന് എന്നന്നേക്കുമായി നഷ്ടപ്പെടാൻ പോകുന്നതായി മനസ്സിൽ ഒരു തോന്നൽ. അവസാനമായി ആ ക്ലാസ്സിലെ ഒരു വകമാരചുവട്ടിൽ ഇരുന്നു ഞാൻ ഒരുപാട്

കരഞ്ഞു..... അപ്പോഴാണ് നീ എന്റെ അരികിൽ വന്നിരുത്. നിന്റെ വിറയാർന്ന കൈകൾ മെല്ലെ എന്റെ ചുമലിൽ പതിഞ്ഞു. കരഞ്ഞു ചുവന്ന കലങ്ങിയ കണ്ണുകൾ മെല്ലെ ഉയർത്തി ഞാൻ നിന്നെ നോക്കി. അന്ന് നീ പറഞ്ഞു.

കുട്ടി... ഇങ്ങനെ ഒരു ഇഷ്ടം എനിക്ക് നേരത്തെ അറിയാമായിരുന്നു.. പക്ഷെ ഞാൻ കണ്ടില്ലെന്ന് നടിക്കുക ആയിരുന്നു. അത് ശരിയാകില്ല... നമ്മൾ തമ്മിൽ ചേരില്ല. എന്റെ ജീവിത സാഹചര്യം, കുടുംബം, പിന്നെ ബാധ്യതകൾ എല്ലാം നമുക്ക് എതിരാണ്.. എനിക്ക് പ്രസ്ഥാനത്തിന് വേണ്ടി ഇനിയും ഒരുപാട് ദൂരം യാത്ര ചെയ്യാറുണ്ട്.

കുട്ടിക്ക് നല്ലൊരു ജീവിതം വന്നു ചേരും...

അതും പറഞ്ഞു നടന്നു നീങ്ങുന്ന നിന്റെ രൂപം കരഞ്ഞു കലങ്ങിയ എന്റെ കണ്ണുകൾ മറച്ചുകളഞ്ഞു.

ഇന്ന് ഞാൻ ഈ വിവാഹമണ്ഡപത്തിൽ ഇരിക്കുന്നതിന് തൊട്ടു മുൻപായി നിനക്ക് വേണ്ടി ഒരുപാട് കണ്ണു നീരൊഴുക്കിയിരുന്നു.

അവയ്ക്ക് നിന്റെ ഓർമ്മകൾ കഴുകി
കളയാനുള്ള ശക്തിയുണ്ടായിരുന്നു.

മറ്റൊരു പുരുഷനു മുന്നിൽ തല കുനിച്ചു
നിൽക്കുമ്പോഴും, താലി ചരട് എന്റെ
കഴുത്തിൽ വന്ന് വീഴുമ്പോഴും മനസ്സിൽ
അവശേഷിച്ച ചിന്തയുംഎന്നേക്കുമായി
മറഞ്ഞിരുന്നു.

(രാജ്മോഹൻ)

15

വിശ്വാസ വഴി

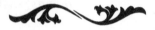

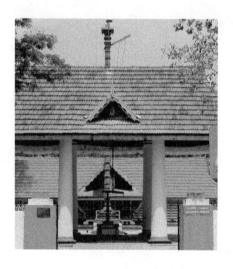

(കുറച്ച് കാലങ്ങള് മുൻപ് നടന്ന ഒരു കേട്ടറിവ്

കഥയായി അവതരിപ്പിക്കുന്നു...)

അന്ന് അമ്പാടി തറവാട് ദേവിക്ഷേത്രം ഉത്സവ ലഹരിയിലായിരുന്നു.

ഉത്സവം പ്രമാണിച്ച് പരിസരം അടിമുടി പുതുക്കിയിരുന്നു. വൻ

ജനാവലിയുടെ സാന്നിധ്യം അവിടെയുണ്ടായിരുന്നു.മേളവും കുട്ടികളുടെ

വിവിധ കലാപരിപാടികളും കഴിഞ്ഞപ്പോഴേക്കും ഇരുട്ടി.

ഉത്സവം തീർന്ന് ആളൊഴിഞ്ഞ നേരത്താണ് കുടുംബ കമ്മറ്റിയുടെ നേതാവ്

അതുകണ്ടത്....

ദേവി വിഗ്രഹത്തിലണിഞ്ഞിരുന്ന സ്വർണ്ണവളകളില്ല.

ഉത്സവം പ്രമാണിച്ച് എത്തിയ വാസുദേവൻ
തിരുമേനിയോടായി കമ്മറ്റിയുടെ

ചോദ്യം.തിരുമേനി   ആണയിട്ടു   പറഞ്ഞു...
അറിയില്ല...

എറെ   തിരഞ്ഞപ്പോ....
ഒടുവിലായി..വളകളൂരിവച്ചത്.. കണ്ടെത്തി..

തിരുമേനിയോട്
പോയ്ക്കൊള്ളാനാവശ്യപ്പെട്ടിട്ടും

അദ്ദേഹം ഇരുന്നിടത്തു നിന്നും നീങ്ങിയില്ല.

എല്ലാവരും ഉറങ്ങി....

രാവിലെ   ഉണർന്നവർ   കണ്ടത്
വൈക്കോല്ക്കൂട്ടത്തില് സ്വയം കഴുത്തറുത്ത്

മരിച്ചു കിടക്കുന്നു തിരുമേനി....

ശേഷം ആ തറവാട്ടിലെ പല കാര്യങ്ങളും
അത്യന്തം

ഗുരുതരമായ   പ്രതിസന്ധിയെ
നേരിട്ടുകൊണ്ടായിരുന്നു...

(രാജ്മോഹൻ)

16

ഒരു യക്ഷിക്കഥ

എൻറെ വളരെ ചെറുപ്പത്തിലാണ് സംഭവം.....
അന്ന് അംബലത്തിലെ ഉത്സവം

നടക്കുന്ന
ദിവസമായിരുന്നു....ബന്ധുക്കളോരോരുത്തരായീ

വീട്ടിലേക്ക് വരുന്നതൊരുപതിവ്ശീലമാണു...
രാത്രിയിലാണു പൊതുവേ പ്രോഗ്രാം കാണാൻ
എല്ലാരും വീട്ടിൽ

നിന്നും പോകുന്നത്......
കുട്ടികളോരോരുത്തരായി കളിപ്പാട്ടങ്ങളുടെ ഭംഗി
നോക്കുന്ന

തിരക്കിലായിരുന്നു.... ഞാനും അവരോടൊപ്പം
കൂടി....

ബാലെ..... എഴുന്നെള്ളത്ത് വെടിക്കെട്ട്
എന്നിവയെല്ലാം
കഴിഞ്ഞപ്പോ.... വെളുപ്പിനെ മൂന്ന് മണിയായി....
എല്ലാവരും
പതിയെ പതിയെ വീട്ടിലേക്ക് നടന്നു. . .
കൂടെയുള്ളവർ വളരെ പുറകിലാ. .അതോണ്ട്
ഞാൻ തനിച്ചാണു

നടത്തം...നല്ല നിലാവുള്ള...സമയമാണ്....
പോകുന്ന വഴി.....ഒരു

കാവുണ്ട്. .അതിന്റെ മുന്നിലൂടെയാണു നടത്തം.
. . .
കാവിന്മുന്നിൽ തല വിരിച്ച് നിൽക്കുന്ന
ഒരു പാലമരവും. .
കാവിന്റെ മുന്നിൽ എത്തിയപ്പോൾ
പാലപ്പൂവിന്റെ
നല്ല ഗന്ധം. . . . ആഹ്. . .
വർഷത്തിൽ ഒരിക്കൽ ഉത്സവം ഉള്ള

കാലങ്ങളിൽ മാത്രം എനിക്ക്

അനുഭവിക്കാൻ പറ്റിയിട്ടുള്ള ഒരു പ്രത്യേക മണം. . . .

ഞാൻ ശ്വാസം ഒന്നാഞ്ഞുവലിച്ചു. .
.ശരിക്കൊന്നാസ്വദിക്കട്ടെ ഈ മണം. .
.മണമ്പിടിക്കുന്നതിനിടയിലാ
ഒരു പാദസ്വരത്തിന്റെ ശബ്ദം കേട്ടത്. .
ഞാൻ ചെവിയൊന്ന് കൂർപ്പിച്ചുനോക്കി.
.ആൽമരത്തിന്റെ
ചോട്ടീന്നാ ശബ്ദം വരുന്നത്.
.ഇതാരപ്പാ ഈ നിമിഷം ഇവിടെ പാദസരവും
ഇട്ട് നടക്കുന്നത്?

തെല്ലതിശയത്തോടെ ഞാൻ
ആൽമരച്ചോട്ടിലേക്ക് നടന്നു. .
പൊതുവേ കാവിൽ രാവിലെ കുറച്ച് പേർ
തൊഴാൻ വരും പിന്നെ

വൈക്കിട്ട് നമ്പൂരി വിളക്ക് വെക്കാനും.......

ഇതാണു അവസ്ഥ. .ഇങ്ങനെയുള്ള കാവിൽ ഈ
മൂന്നുമണിനേരത്ത്

ആരാണു. . .ഞാൻ ശബ്ദമുണ്ടാക്കാതെ പതിയെ ആൽമരച്ചുവട്ടിനടുത്തെത്തി.

. . . ചുറ്റും നൊക്കീട്ടും പാദസരം

ഇട്ട ആളെ കാണുന്നില്ല. . .
ഇതെവിടാന്നാ ശബ്ദം എന്നോർത്ത് ശങ്കിച്ച് നിക്കോമ്പാഴാണു
പിറകീന്ന് ശൂ ശൂ എന്ന വിളി. . .
തിരിഞ്ഞ് നോക്കിയപ്പോ മുടി അഴിച്ചിട്ട് വെളുത്ത സാരി ധരിച്ച ഒരു പെൺകുട്ടി. . . . .

നോക്കിയപ്പോഴാണ് കണ്ടത്..... അവളുടെ കാല് നിലത്ത് തൊടുന്നില്ല......
അമ്മാ പ്രേതം എന്ന് പറഞ്ഞ് ചക്ക വെട്ടിയിട്ടപൊാലെ പൊത്തോം

എന്ന് പിന്നിലേക്ക് വീണതോർമ്മയുണ്ട്.......

നേരം പുലർന്നപ്പോഴാണു കണ്ണു തുറന്നത്. . .
തലേന്ന് ......കണ്ട കാഴ്ച കണ്ണിലേക്കോടിയെത്തി . . പതിയെ എണീറ്റു. . .
വീണ്ടും പാലപ്പൂവിന്റെ മണം പോലെ തോന്നി....
ചുറ്റും നോക്കി. . .ഉത്സവ സ്ഥലത്തുനിന്നും

വാങ്ങിയ
കളിപ്പാട്ടങ്ങളെല്ലാം അടുത്തുണ്ട്....അവ എന്നെ നോക്കി കൊഞ്ഞനം

കുത്തുന്നു.....ഞാൻ മച്ചിന് മുകളിലേക്ക് ഒന്നുനോക്കി....

നെടുവീർപ്പിട്ടു. . . .എന്താ ഇന്നലെ ഉണ്ടായേ. . .ആ . . ബോധം കുറവായിരുന്നെങ്കിലും ആ വെള്ളസാരി ധരിച്ച

സുന്ദരിയുടെ മുഖം അപ്പഴേ മനസ്സിൽ പതിഞ്ഞതാ.. . . .

ഇനിയിപ്പോ എല്ലാം എന്റെ തോന്നലായിരുന്നോ ?
ഉറക്കച്ചടവോണ്ട് തോന്നിയതാവും. .
യക്ഷിയുമില്ല ഒരു പിണ്ണാക്കുമില്ല എന്ന് മനസ്സിൽ ആണയിട്ട് പറഞ്ഞു.....
അമ്മ ചായയുമായി വന്നപ്പോഴാണ് ആ കഥ പറഞ്ഞു തന്നത്.....
ആ മരത്തിലൊരു യുവതി പ്രേമനൈരാശ്യം മൂലം പണ്ട് തൂങ്ങി

മരിച്ചിട്ടുണ്ട്പോലും.....
പലരും പിന്നീട് രാത്രികാലങ്ങളിലാ സ്ത്രീയെ

കണ്ടു ബോധം
കെട്ട് വീണിട്ടുണ്ട് പോലും......

രചന : രാജ്മോഹൻ

Printed in the USA
CPSIA information can be obtained
at www.ICGtesting.com
LVHW090833300923
759463LV00040B/560

9 798889 863786